AF518933

ഹിന്ദുഭാര്യയുള്ള
മുസ്ലീം പുരുഷൻ

Hinduchayayulla Muslim Purushan
Stories

Indu Menon

CHINTHA PUBLISHERS
Thiruvananthapuram

© Rights Reserved
All rights reserved. No part of this publication may be reproduced, transmitted, or stored in a retrieval system in any form or by any means without the written permission of the publisher.

First Chintha Edition
August 2024

Published
Chintha Publishers, Thiruvananthapuram

Typesetting
Star Communications, Thiruvananthapuram

Printed at
Print Express, Kochi

Cover Design
Vinod Mangoes

ISBN : 978-81-975233-1-1

CO - 3503 / 7508

₹ 160

Email: chinthapublishers@gmail. com
Website: www. chinthapublishers. com

A version is available at National Libraries
Kolkata, Mumbai, Chennai and Delhi

Distribution
DESHABHIMANI BOOKHOUSE
H O Thiruvananthapuram 695035

Branch
Head Office Kunnukuzhi • Statue Thiruvananthapuram
Saphalyam Complex Thiruvananthapuram • KSRTC Bus Station Ernakulam
Machingal Lane Thrissur • IG Road Kozhikode
Mavoor Road Kozhikode • NGO Union Building Kannur
Central Bus Terminal Complex Thavakkara Kannur

ഹിന്ദുഛായയുള്ള
മുസ്ലീം പുരുഷൻ

ഇന്ദുമേനോൻ

ചിന്ത പബ്ലിഷേഴ്സ്
തിരുവനന്തപുരം-695 035
വില : ₹160

ഇന്ദുമേനോൻ

സംഗീതജ്ഞനായ ഉമയനല്ലൂർ എസ് വിക്രമൻ നായരുടെയും വി സത്യവതിയുടെയും മകളായി കോഴിക്കോട് ജനിച്ചു. ഗുരുവായൂരപ്പൻ കോളേജിൽനിന്ന് മലയാളത്തിലും സോഷ്യോളജിയിലും രണ്ടാം റാങ്കോടെ ബിരുദം. മൂന്നാം റാങ്കോടെ സോഷ്യോളജിയിൽ ബിരുദാനന്തരബിരുദം. ഗോത്രമിത്തുകളെക്കുറിച്ചുള്ള പഠനത്തിൽ കണ്ണൂർ യൂണിവേഴ്സിറ്റിയിൽനിന്നും പി എച്ച് ഡി. കഥയ്ക്ക് കേന്ദ്രസാഹിത്യ അക്കാദമി യുവപുരസ്കാർ, കേരളസാഹിത്യ അക്കാദമി ഗീതാഹിരണ്യൻ അവാർഡ്, ഉറൂബ് അവാർഡ്, ജനപ്രിയ ട്രസ്റ്റ് അവാർഡ്, മാതൃഭൂമി കഥാപുരസ്കാരം, അങ്കണം അവാർഡ്, ഇ പി സുഷമ എൻഡോവ്മെന്റ്, മലയാളശബ്ദം അവാർഡ്, എസ് ബി ടി ചെറുകഥാ അവാർഡ്, നോവലിന് ഗലേറിയ ഗാലെന്റ് അവാർഡ്, അക്ഷരം എ നാസർ പുരസ്കാരം എന്നിവ ലഭിച്ചിട്ടുണ്ട്. 2015 ൽ ഇന്ത്യാടുഡേ ഇന്ത്യയിലെ മൂന്ന് യുവ എഴുത്തുകാരെ തിരഞ്ഞെടുത്തതിൽ ഒരാളായി. കിർടാഡ്സിൽ ലക്ചററായിരുന്നു. ഇപ്പോൾ നവകേരള പോസ്റ്റ് ഡോക്ടറൽ സയന്റിസ്റ്റായി ഗോത്രഷാമനി കതയിൽ ഗവേഷണം ചെയ്യുന്നു.

കൃതികൾ: *കപ്പലിനെക്കുറിച്ചൊരു വിചിത്രപുസ്തകം* (നോവൽ), *ഒരു ലെസ്ബിയൻ പശു, സംഘ്പരിവാർ, കഥകൾ (ഇന്ദുമേനോൻ), ചുംബനശബ്ദതാരാവലി, പഴരസത്തോട്ടം* (കഥ), *എന്റെ തേനേ എന്റെ ആനന്ദമേ* (പ്രണയക്കുറിപ്പുകൾ). *എന്നെ ചുംബിക്കാൻ പഠിപ്പിച്ച സ്ത്രീയേ, എന്റെ കഥ എന്റെ പെണ്ണുങ്ങളുടെയും, പ്രണയപാരിജാതം* (ഓർമ്മക്കുറിപ്പുകൾ), *ബിഞ്ജെ: ഗോത്രഷാമനികതയും പുരാവൃത്തങ്ങളും* (റഫറൻസ്).

വിലാസം : ശ്രീഹരി,
വൈദ്യരങ്ങാടി പി ഒ
രാമനാട്ടുകര
കോഴിക്കോട് - 33

ഫോൺ : 9446088896

ഉള്ളടക്കം

പ്രസാധകക്കുറിപ്പ്

ചെറുകഥയെ സംബന്ധിച്ചു നിലനില്ക്കുന്ന വ്യവസ്ഥാപിത രീതിശാസ്ത്രങ്ങളെ അടിമുടി നിരാകരിച്ച എഴുത്തുകാരിയാണ് ഇന്ദു മേനോൻ. ആദിമദ്ധ്യാന്തപ്പൊരുത്തമുള്ള കഥാഗാത്രം, തെളിവാർന്ന കഥാപാത്ര ചിത്രീകരണം, അനുവാചകനെ പ്രചോദിപ്പിക്കുന്ന ഘടകങ്ങൾ, മികച്ച സന്ദേശം നല്കൽ, സാമൂഹ്യ സദാചാര മൂല്യവ്യവസ്ഥിതികളെ സാധൂകരിക്കൽ, ആൺകോയ്മയുടെ സാമൂഹ്യ സംവിധാനങ്ങളെ അബോധപൂർവ്വമായി പിന്തുണയ്ക്കൽ.... തുടങ്ങിയ രീതിശാസ്ത്രങ്ങളെ നിരാകരിച്ചുകൊണ്ടാണ് ഉത്തരാധുനിക ഘട്ടത്തിലെ എഴുത്തുകാർ കടന്നുവന്നത്. ആധുനികത സൃഷ്ടിച്ച ഭാവുകത്വത്തിനും സമാന്തരമായി നീങ്ങിക്കൊണ്ടിരുന്ന സാമ്പ്രദായിക ധാരകൾക്കും അപ്പുറത്ത് പുതിയ കാലത്തിന്റെ ലാവണ്യശാസ്ത്രത്തെ നിർമ്മിച്ചെടുത്ത നവ കഥാകൃത്തുക്കളിൽ സവിശേഷമായ ആഖ്യാനശൈലിയും വ്യക്തവും കൃത്യവുമായ രാഷ്ട്രീയബോധവും പുലർത്തുന്ന എഴുത്തുകാരിയാണ് ഇന്ദുമേനോൻ. സമകാലികരായ എഴുത്തുകാരേക്കാൾ കൂടുതൽ വിപ്ലവകരമായ പ്രമേയ ആഖ്യാനരീതികളാൽ ശ്രദ്ധേയമായ ഇന്ദുമേനോന്റെ കഥകൾ പുതിയ കാലത്തിന്റെ സാംസ്കാരിക മുദ്രകളെയാണ് അടയാളപ്പെടുത്തുന്നത്. *ഹിന്ദുചരായയുള്ള മുസ്ലീം പുരുഷൻ* എന്ന കഥാസമാഹാരം മലയാളി സമൂഹത്തിന്റെ കാൽപ്പനിക ജീവിത സങ്കൽപ്പനങ്ങളെയും കാപട്യങ്ങളെയും പൊളിച്ചെഴുതുന്നവയാണ്. മതാധികാരവും ആൺകോയ്മയും ഇടകലർന്ന സാംസ്കാരിക ബോധങ്ങളെ നിശിതമായ പരിഹാസങ്ങൾക്കു വിധേയമാക്കുന്ന ഈ കഥകൾ കറുത്ത ഹാസ്യത്തിന്റെ ഇടങ്ങളെയാണ് അനാവരണം ചെയ്യുന്നത്.

ചിന്ത പബ്ലിഷേഴ്സ്

സർപ്പിണി

അവൾക്ക് വിഷപ്പല്ലുകൾ ഉണ്ടായിരുന്നില്ല. അവൾക്ക് വിഷ നിഴലോടിയ കണ്ണുകൾ ഉണ്ടായിരുന്നില്ല. വിഷഗന്ധിയായ ഉച്ഛ്വാസ വായുവോ വിഷനഖങ്ങളോ കരിനീലിച്ച ത്വക്കോ ഉണ്ടായിരുന്നില്ല. എന്നിട്ടും നിങ്ങളവളെ സർപ്പിണിയെന്നും അഭിസംബോധന ചെയ്തു.

അവൾ നിങ്ങളുടെ പുരുഷന്മാരെ വശീകരിച്ചില്ല. തെരുവിലെ മറ്റു സ്ത്രീകളെപ്പോലെ ബാൽക്കണിയിൽനിന്നും അവൾ നഗ്നമായ തുടകളോ വയറോ കൈകളോ കാണിച്ചില്ല. വീതിയിൽ ഞൊറിഞ്ഞ സാരിയുടുപ്പും നീളക്കയ്യൻ ബ്ലൗസുകളും ധരിച്ച് ഇടവഴിയിൽ അവൾ പ്രത്യക്ഷപ്പെട്ടപ്പോൾ നിങ്ങളെന്തിനാണ് നടുങ്ങിയത്?

ശരിയാണ്, തന്റെ മട്ടുപ്പാവിൽ അവളൊരു സർപ്പഗന്ധി നട്ടു. സന്ധ്യയ്ക്ക് അതുകണ്ട് വിഷസർപ്പങ്ങൾ പടികൾ ഇഴഞ്ഞു കയറിവന്നു. അപ്പോൾ അവൾ തന്റെ അഞ്ചുവയസ്സുകാരൻ മകനുമൊത്ത് പാമ്പും കോണിയും കളിക്കുകയായിരുന്നു.

“ഓ നിങ്ങളോ?” അവൾ സാരിയൊന്നുകൂടി ശരിയാക്കി.

“നാല് അമ്മാ.” അവളുടെ മകൻ ചൂതിലേക്കു നോക്കിപ്പറഞ്ഞു. നാലാമത്തെ കളത്തിൽ അവളെ പ്രതീക്ഷിച്ച് അലസനായ ഒരു വൃദ്ധസർപ്പം വാ പിളർന്ന് കാത്തുനിന്നു.

“നിങ്ങൾ നാളെ വരൂ.” അവൾ ആ വയസ്സനോടു പറഞ്ഞു. “ഞങ്ങൾ കളിച്ചു തീർന്നില്ല.”

അയാൾ അവളെ ദേഷ്യത്തോടെ നോക്കി. മറാത്തിയിൽ ശാപവാക്കുകൾ ഉരുവിട്ടു.

“ഈ നാശംപിടിച്ച ചെറുക്കൻ നിന്റെ ബിസിനസ് തൊലയ്ക്കും.” അയാൾ അവളുടെ മകനെ നോക്കി പ്രാകി.

"മോനേ!"ഞാനവളുടെ മകനെ സ്വാധീനിക്കാൻ ശ്രമിച്ചു. അവൾ പെട്ടെന്നു പൊട്ടിച്ചിരിച്ചു. കർപ്പൂരവള്ളിപ്പടർപ്പിൽ പൂവിടർച്ചയുടെ നെടുങ്കൻ ശബ്ദംപോലെ.

"അവൻ പൊട്ടനല്ലേ?" എന്നുപറഞ്ഞ് കഴുത്തിൽനിന്നും മരണക്കയർപോലെ തൂങ്ങിനിന്ന കറുത്ത വള്ളി അവന്റെ ചെവിയിലേക്കു തിരുകി. അവന്റെ ഉയർത്തിയ കണ്ണുകളിൽ അപരിചിതത്വം ഉണ്ടായിരുന്നില്ല. എന്റെ വരവ് അവൻ പക്ഷേ, അറിഞ്ഞിരുന്നുമില്ല.

ഞാനവളുടെ കൊച്ചു ബാൽക്കണി ശ്രദ്ധിച്ചു. കർപ്പൂരവള്ളി പടർന്ന് കിഴക്കുഭാഗം പച്ചിച്ച ചുമരായി മാറിയിരുന്നു. ഇടയ്ക്കിടെ പൂത്ത ഈറൻ വെള്ളപ്പൂക്കളിൽ കർപ്പൂരത്തിന്റെ ഉദ്ദീപനഗന്ധം തുടിച്ചുനിന്നു.

വലതുഭാഗത്ത്, അവൾ നട്ട സർപ്പഗന്ധിയിൽ ചുവന്ന കായ്കളും നീലിച്ച വിഷപ്പല്ലുകൾപോലെ മൊട്ടുകളിൽ പൂ പൊടിച്ചതും ഞാൻ കണ്ടു. അതാണു സത്യം. നിങ്ങൾ ഭയന്നത് അവളുടെ മുടിച്ചുരുളുകൾ കണ്ടാണല്ലോ. കാട്ടുകൊമ്പുകളിൽ തൂങ്ങിക്കിടക്കുന്ന വെള്ള്യണലിക്കുട്ടികളെപ്പോലെ അവ തങ്ങളുടെ കറുത്ത ദേഹം കാറ്റത്തിളക്കുന്നത് നിങ്ങളും കണ്ടുവല്ലോ.

പെട്ടെന്ന് അവളുടെ മകൻ ആ ചെവി പൊട്ടുള്ള ആൺകുട്ടി പാമ്പും കോണികളും മറിച്ചിട്ടു. അവന്റെ കറുത്ത ദേഹത്തിന് ആശാസ്യമല്ലാത്ത മിഴിവുറ്റ വലിയ കണ്ണുകളിൽ ഭയം കാക്കത്തൊള്ള പോലെ ഇടയ്ക്കിടയ്ക്ക് വാ പൊളിച്ചു. അവൻ എന്റെ കാലിൽ ചവിട്ടിക്കൊണ്ട് അകത്തേക്ക് ഓടിപ്പോയി.

"മോനൂട്ടാ!" അവൾ അവനു പിറകെ എഴുന്നേറ്റു. അവളോടു വഴക്കുപിടിക്കുമ്പോൾ അവൻ ഒളിക്കാറുള്ള കട്ടിലിനടിയിലേക്ക് അവൾ കുനിഞ്ഞുനോക്കി.

ആ ഇരുട്ടിൽ അവനുണ്ടെന്നുള്ളതിനു തെളിവ് അവന്റെ കണ്ണുകളായിരുന്നു. പകച്ചു നനഞ്ഞ കണ്ണുകളിൽ ഇരുളിൽ പൂച്ചയുടെ കണ്ണെന്നതുപോലെ വന്യമല്ലാതെ പിടഞ്ഞുതിളങ്ങി. ഇടയ്ക്കിടെ അതിനെ പൊതിഞ്ഞുരുണ്ടുകൂടുന്ന തെളിഞ്ഞ കണ്ണീരിൽ അവന്റെ കണ്ണുകൾ ഒരുത്തലദർപ്പണം പോലെ ഇരുളിനെയും ഉജ്ജ്വലിപ്പിച്ചു.

അവനു സാധാരണക്കാരെപ്പോലെ ചെവി കേൾക്കുമായിരുന്നില്ല. ചുണ്ടുകളുടെ ചലനംകൊണ്ടും രസഭാഷകൊണ്ടും അവൻ കേട്ടു. ഓഡിയോളജിസ്റ്റ് നിർദ്ദേശിച്ച ചെറുയന്ത്രം അവൻ മിക്കപ്പോഴും ചെവിക്കുള്ളിൽ ഇറക്കിവെച്ചു. അതിന്റെ കറുത്ത വള്ളി സർപ്പക്കാവിലെ മൂടില്ലാത്താളിപോലെ ചെറുകാറ്റിൽ ഇളകി.

"എന്റെ കുട്ടി!"ഓരോ തവണയും മുറിയുടെ സാക്ഷയിടുമ്പോൾ അവൾ നെടുവീർപ്പോടെ പറഞ്ഞു. അവന്റെ തമിഴൻ മുഖത്ത് വംശീയ രേഖകൾ പ്രാകൃതമായ പരിഭ്രമത്തോടെ പിടയ്ക്കുന്നത് ഞാൻ കാണാറുണ്ട്. മുറിക്കുപുറത്ത് വാതിൽ തുറക്കുന്നതു പ്രതീക്ഷിച്ച് തണുത്ത

നിലത്ത് അവൻ കളിപ്പാട്ടങ്ങൾ ഉരുട്ടിക്കളിച്ചു. അവന്റെ കണ്ണുകളിൽ ജലക്കുമിളകൾ പൊട്ടിയിരുന്നു.

നെറ്റി നിറച്ച് ടൈഗർബാം പുരട്ടിയാണ് അവൾ എന്റെ അരികിൽ വന്നിരുന്നത്. ചുവന്നു പഴുത്ത മുഖക്കുരുവാണ് അവളുടെ കവിളിൽ. അതു പൊട്ടാൻ ത്രസിച്ചുനിന്നു. മുമ്പ് പൊട്ടിയ കുരു മുഖത്തുണ്ടാക്കിയ കുഴികളിൽ പ്രാകൃതമായ മുഖയെണ്ണ കിനിഞ്ഞിരിക്കുന്നത് വിരൽ കൊണ്ട് തൊടാൻ ഞാനാഗ്രഹിച്ചു.

അവൾ ചുവന്ന വെല്ലീസ് സാരിയൂരി അയയിൽ ഞാത്തിയിട്ടു. സർപ്പച്ചെതുമ്പലുകളുടെ മഞ്ഞനിറമായിരുന്നു അവളുടെ പുറംഭാഗത്തിന്. അതിന്റെ സ്വർണ്ണമിനുപ്പിലേക്ക് മുടിയിഴകൾ ഊർന്നുവഴുക്കി.

"ഉഫ്!" ഞാൻ വസ്ത്രമഴിക്കുന്ന ഭാഗത്തേക്കു നോക്കിയതേയില്ല.

എന്തായിരിക്കും ഈ മെഴുകുതൊലിയുടെ രഹസ്യം. അവയിൽ നിന്നൂറിവരുന്ന വിയർപ്പ് സുഗന്ധമുള്ള ഒരു വിഷദ്രവ്യത്തെ ഓർമ്മിപ്പിച്ചു. ഓരോ ആറു മാസവും അവൾ തൊലി പൊഴിച്ചുകളയാറുണ്ടെന്ന് ഞാൻ വിശ്വസിച്ചു. പ്രായത്തെ സ്വീകരിക്കാതിരിക്കാൻ സ്ത്രീശരീരത്തിനു മറ്റു കുതന്ത്രങ്ങളില്ലെന്നു ഞാൻ കരുതി.

''എത്രയോ ആണുങ്ങള് തടവിത്തടവി മിനുക്കീതാ.''അവൾ മേശപ്പുറത്തിരുന്ന പാൻപരാഗ് പൊളിച്ചു വായിലേക്കിട്ടു.

"അവനെന്തിനാ കട്ടിലടീക്കേറീത്?"

"പേടിച്ചിട്ടാവും പാവം. ചില കസ്റ്റമേഴ്സ് അവനെ തല്ലും, ചിലര് പിച്ചും. ചെറിയതാ വയ്യാത്തതാന്നൊന്നും നോക്കില്ല."

ഞാൻ അവളെ നോക്കി. അവളുടെ സർപ്പനഗ്നതയിൽ എന്റെ കടൽമജ്ജകൾ ഇരമ്പി. എന്റെ ചെവിയിൽ തെറിച്ചു മുളച്ച രോമങ്ങളിൽ വിറയുടെ ഇളക്കം പതുങ്ങി. പൊടുന്നനേ എന്റെ മുഴുവൻ ധൈര്യവും ചോർന്നുപോയി. മകനെക്കുറിച്ചു പറഞ്ഞമാത്രയിൽ അവളുടെ നെഞ്ച് ചുരന്നതുകണ്ടായിരുന്നു അത്. ആറുവയസ്സായ ആൺകുഞ്ഞിനെക്കുറിച്ച് ഒരമ്മയുടെ നെഞ്ചിൽ എത്രത്തോളം വാത്സല്യം പൂണ്ടിരിക്കും? അവനെക്കുറിച്ച് വേദനിക്കുന്ന മാത്രയിൽ കണ്ണീരുറവ പൊട്ടുംപോലെ എത്ര പാൽ സ്രവിക്കും.

അവൾ അയയിൽനിന്നും തോർത്തെടുത്ത് പാൽ തുടച്ചുകളഞ്ഞു. മുറിക്ക് പുറത്തുനിന്ന് അവൻ തന്റെ അമ്മയെ രക്ഷിക്കാൻ വരുമെന്നു ഞാൻ ഭയപ്പെട്ടു. മുറിക്ക് ഓടാമ്പലിട്ടെന്നുറപ്പുവരുത്താനായി ഞാനെഴുന്നേറ്റു. സൂത്ര ദ്വാരത്തിൽ തിരുകിയ തുണി വലിച്ചപ്പോൾ കളിപ്പാട്ടങ്ങളുപേക്ഷിച്ച് അവൻ ജനൽക്കാഴ്ചകൾ കാണുന്നതു കണ്ടു.

പുറത്ത് വേശ്യത്തെരുവിൽ മഴയായിരുന്നു. ദൈവം അവരുടെ തെരുവിൽ മൂത്രമൊഴിച്ചു.

എനിക്കറിയാം, അവൻ നോക്കുന്നത് പരുന്തുകളെയാണ്. മുഴുപ്പും പച്ചപ്പുമുള്ള തെങ്ങോലയിൽ മഴ നനഞ്ഞ് കുത്തിയിരിക്കുന്ന വലിയ തൂവലുകളും ലോഹനഖങ്ങളുമുള്ള പരുന്തിനെ. അതിന്റെ ശബ്ദവും

എനിക്ക് പരിചിതമാണ്. ഞങ്ങളുടെ നിശ്ശബ്ദതയ്ക്കിടയിൽ കീ കീ എന്ന അതിന്റെ ആക്രന്ദനം എത്രയോ തവണ എന്നെ ഞെട്ടിച്ചിരിക്കുന്നു.

"നശിച്ച പരുന്ത്." ഞാൻ ജനലുകൾ വലിച്ചടച്ചു. "ലോറിത്തെരുവിലെയാണ് അവറ്റകൾ."

"മ്മ് ലോറിക്കാര് വരാറുണ്ടോ?"

"ദെവസോം." അവൾ എന്റെ അരികിലേക്കു ചേർന്നുകിടന്നു.

"നിങ്ങൾക്കൊരു പെൺകുഞ്ഞിനെ ഞാൻ പ്രസവിച്ചുതരട്ടെ?" അവൾ പെട്ടെന്നു ചോദിച്ചു. ഞാനത്ഭുതപ്പെട്ടു. അവളൊരിക്കലും പ്രസവിക്കാനാഗ്രഹിച്ചിരുന്നില്ല. അച്ഛനോ അംഗീകാരമോ ഇല്ലാത്ത തെരുവിന്റെ ചുവന്ന കുഞ്ഞുങ്ങൾ. "ദീദി ദീദി" എന്നവളോടു കൊഞ്ചിയപ്പോഴും അകത്തെ മുറിയിലൊട്ടിച്ചിരുന്ന തേൻകുഴഞ്ഞ ചുണ്ടുള്ള പെൺകുട്ടിയുടെ ചിത്രം നോക്കിയപ്പോഴും ഒന്നും അവളാഗ്രഹിച്ചതേയില്ല. തെരുവിനു പുതിയ അവകാശികൾ വേണ്ട. തന്റെ വംശപരമ്പര രക്തത്തിന്റെയും മാംസത്തിന്റെയും കണക്കുകൾ പറഞ്ഞും കൊടുത്തും ലോകാവസാനംവരെ നീണ്ടങ്ങനെ പോകണ്ട എന്നവൾ ആഗ്രഹിച്ചു.

അക്കാര്യങ്ങളെല്ലാം എന്നോടു പറയുമ്പോൾ അവൾക്കു 19 വയസ്സായിരുന്നു. സൂറത്ത് ഗല്ലിലെ തകരമുറിക്കകത്തിരുന്നു തലമുതിർന്ന സ്ത്രീയെപ്പോലെ അവൾ സംസാരിച്ചു. അഗർബത്തി പുകയിൽ മുറിയെരിഞ്ഞു. തണുപ്പുകാലമായിട്ടും തകരപ്പൊളികൾ ലോഹച്ചൂട് ചുട്ടുപഴുത്ത് തുപ്പി.

അവളെ ഞാൻ ആദ്യം കണ്ടതും ഉഷ്ണവും ഇരുട്ടും മുറിഞ്ഞുവീണ ഒരു രാത്രിയിലായിരുന്നു. മിഠായിത്തെരുവിന്റെ സോഡിയം വേപ്പർ പ്രകാശത്തിൽ മഞ്ഞിച്ച് പരിഭ്രമിച്ച് പതറിനിന്ന ഒരു പെൺകുട്ടി. അവളോടൊപ്പം പെൺവേഷം കെട്ടിയ ഒരു ഹിജഡയുണ്ടായിരുന്നു.

ഞാൻ കൊണ്ടുപോകുമ്പോൾ അവൾ പതുക്കെ നിലവിളിച്ചു. കടൽത്തിരകളുടെ ഒച്ചയും രാത്രിവണ്ടിയുടെ ഞരക്കവും ഞങ്ങൾ കേട്ടു.

"എന്തിനാ കരയണത്?"

അവളുടെ മുഖം കണ്ണീരിൽ, കുങ്കുമത്തട്ടിൽ എരിയുന്ന നാരങ്ങാവിളക്കുപോലെ തിളങ്ങി.

"ആദ്യായിട്ടാണോ?" ഒരുപക്ഷേ, എന്റെ യൂണിഫോം കണ്ടു ഭയന്നതായിരിക്കും അവളെന്നു ഞാൻ കരുതി.

"പോലീസൊക്കെ പാവങ്ങളല്ലേ മോളേ. മോളുടെ പേരെന്താ?"

"അമ്മിണി."

ചെമ്മണ്ണുപറ്റി ചുവന്നനിറമായ അവളുടെ പാദങ്ങൾക്കുപോലും ശൈശവമുണ്ടായിരുന്നു. കരയുന്നവളുടെ കുട്ടിത്തം, കണ്ണുകളിലെ വരണ്ട ഭീതി, എനിക്കവളോടു പാവം തോന്നി. ചുംബിച്ചു ചുംബിച്ച് അവളുടെ മുഴുവൻ ഹൃദയവേദനകളും എന്റേതാക്കണമെന്ന് ഞാനാ നിമിഷത്തിൽ ആഗ്രഹിച്ചു.

"അത് എന്റെ അച്ഛനായിരുന്നു." പിന്നീടൊരിക്കൽ അവൾ പറഞ്ഞു.

“ആര്?”

“ആ ഹിജഡ. എന്നെ അന്ന് ഒരുക്ക്യേ ആള്. എന്തു വേഷം കെട്ട്യാലും ഞാനയാളെ തിരിച്ചറിയും. അയാൾടെ നെഞ്ചിന്റെ നായ്ചൂരും വിരലിലെ വെള്ളിമോതിരവും.” അവൾ ചെറുതായി കിതച്ചു.

ആളുകൾ കടൽനായയെന്നു വിളിക്കുന്ന ആ ഹിജഡയ്ക്ക് ഭാര്യയും കുഞ്ഞുമുണ്ടെന്ന അറിവ് എന്നെ ഞെട്ടിച്ചതേയില്ല. കാരണം കോഴിക്കോടു നഗരത്തിലെ മുഴുവൻ ഹിജഡകൾക്കും ഭാര്യമാരുണ്ടെന്ന് എനിക്കറിയാമായിരുന്നു.

ഞാനവൾക്ക് അമ്പതു രൂപയാണ് കൊടുത്തത്. “ആദ്യത്തെ പ്രണയം ആദ്യത്തെ പുരുഷൻ. ആ അമ്പതുർപ്പിണ്ടല്ലോ, ഞാൻ ചെലവാക്കീതേയില്ല. എന്റെ പാഠപുസ്തകത്തിനകത്ത് ഞാനത് സൂക്ഷിച്ചങ്ങനെ വെച്ചു. എന്റെ വിലയല്ലേ, എന്റെ ഉടലിന്റെയും സ്നേഹത്തിന്റെയും വില.”

ചിലപ്പോൾ ആകാശത്ത് നക്ഷത്രം പൂത്തു പൊട്ടുന്നതും മേഘത്തിന്റെ പഞ്ഞിക്കീറിൽ സന്ധ്യയുടെ ഓറഞ്ചുനിറം തുടച്ചെടുക്കുന്നതും നോക്കി ഒരു കാമുകിയെപ്പോലെ അവൾ പറയാറുണ്ട്.

എനിക്കുമതേ. എന്റെ ചെറുമക്കോളനിയുടെ തിണ്ണയിൽക്കിടന്ന് ആകാശത്ത് ഇരുട്ടിന്റെ നീലമഷി ചീന്തിപ്പോവുന്നതും നോക്കിക്കിടക്കുമ്പോൾ അവളെയൊരു കാമുകിയായി ഓർമ്മവരും. ശരീരം പലർക്കായി പങ്കിട്ടാലും ആത്മാവ് മുഴുവനായി ഒരു പുരുഷനു നൽകിക്കഴിഞ്ഞവളെ വേശ്യയാണെങ്കിലും കാമുകിയെന്നു വിളിച്ചുകൂടേ?

എന്റെ കറുപ്പുനിറം, എന്റെ ജാതി അവളൊഴികെ മറ്റെല്ലാം എന്നെ അപകർഷതാബോധത്തിലേക്ക് ഞാത്തിയിട്ടു.

“ഒന്നും പറഞ്ഞില്ല.”അവളെന്റെ വയറ്റിൽ ചുറ്റിപ്പിടിച്ചു. “ഒന്നിനെ പെറ്റോട്ടെ?” ഞാനവളെ കണ്ണിമയ്ക്കാതെ നോക്കി. ഓരോ സർപ്പബലിക്കൊടുവിലും മഞ്ഞളും ചാന്തും പുതച്ച് നാഗയക്ഷി ചിരിക്കുന്നതുപോലെ അവളെന്നെ നോക്കി വെറുതെ ചിരിച്ചു.

പെട്ടെന്ന് കതകിൽ ഇടിമുഴങ്ങി. ഞാനാണ് കതകു തുറന്നത്. പുറത്ത് ഇരുട്ടിനെയും മഴയെയും തണുത്ത കാറ്റിനെയും ഭയന്ന് കറുത്ത പൂച്ചക്കുഞ്ഞിനെപ്പോലെ അവൻ.

“ബോ!” അവനെന്നെ ഉന്തിമാറ്റി അവളുടെ അടുത്തേക്കോടി: “മമ്ബാ.” വൈകല്യമില്ലാത്ത കുഞ്ഞായിരുന്നെങ്കിൽ ഞാനവന്റെ മുഖമടിച്ചുപൊട്ടിച്ചേനെ.

“മ്മബാ” “മ്മാബാ!” അവൻ വേദനയോടെ അവളുടെ വെളുത്ത വയറിലേക്ക് മുഖം പൂഴ്ത്തി. ലോകത്തിൽ വെച്ച് ഏറ്റവും അവഗണിക്കപ്പെട്ടവനും നിന്ദിതനും താനാണെന്നവനറിയാമായിരുന്നു. അവന് പ്രപഞ്ചത്തിന്റെ പാതി ശബ്ദങ്ങൾ മാത്രം മതിയായിരുന്നു- ജീവിതം എത്രയും വ്രണിതവും പീഡിതവുമാണെന്നു മനസ്സിലാക്കാൻ. ഇടയ്ക്കവൻ തലയുയർത്തി എന്നെ ഭീതിയോടെ നോക്കി.

"തല്ലൂന്ന് വെച്ചിട്ടാ. ഇങ്ങനെ കേറിവന്നാ ലോറിക്കാര് കുട്ട്യാന്നൊന്നും നോക്കില്ല."

"വാ." നെഞ്ച് കഴയ്ക്കുന്ന ആത്മനിന്ദയോടെ അവളവനെ ചേർത്തുപിടിച്ചു.

"വേണ്ടായിരുന്നു. തിരിച്ചുകൊണ്ടെന്നപ്പല്ലേ കൊന്നുകളഞ്ഞാൽ മത്യാരുന്നു."

എനിക്കും ആത്മനിന്ദ തോന്നി. ഞാൻ കാരണമാണ് അവൾ പ്രസവിച്ചത്. ഗർഭപാത്രം വാടകയ്ക്കുതേടി വന്ന ഒരു പണക്കാരനുവേണ്ടി ഞാനാണവളോടു വാദിച്ചത്.

ഞാനും അയാളും മഴചാറ്റലുള്ള ദിവസം ഈ തെരുവിലൂടെ വാടകയ്ക്കു ഗർഭപാത്രം അന്വേഷിച്ചു നടന്നു. ഒടുവിലാണ് ഞാനീ സർപ്പക്കുഞ്ഞിനരികിലെത്തിയത്. പാദസരമിട്ട് വെളുത്ത കണങ്കാൽ കസേരയിൽ കയറ്റിവച്ച് പലകുറി അവൾ വിസമ്മതിച്ചു. മുറുക്കിച്ചോന്ന തീച്ചുണ്ടുകളിൽ പുച്ഛരസമുണ്ടായിരുന്നു.

പുറത്ത് മഴയത്ത് കനത്ത പണസഞ്ചിയുമായി അയാൾ കാത്തുനില്പുണ്ടെന്നു ഞാനവളെ ഓർമ്മിപ്പിച്ചു.

'അമ്മയാവ്വ എളുപ്പല്ല." അവൾ തല കുടഞ്ഞു. "പെറ്റിട്ട കുഞ്ഞിനെ നായയ്ക്ക് തിന്നാൻ കൊടുത്ത പാരമ്പര്യമാണെന്റേത്." പുറ്റിൽനിന്നും ഒരു വെള്ള്യണലി പുറത്തേക്കു വന്നു ചീറ്റുന്നതുപോലെ അവൾ ചിരിച്ചു.

നിരാശരായാണ് ഞങ്ങൾ മടങ്ങിയത്. മഞ്ഞപ്പൂവുകൾ വീണുകിടന്ന ഇടറോഡിലൂടെ ഞാനയാളെയും കൂട്ടി നടന്നു. അവളൊഴികെ ബാക്കിയെല്ലാവരും തയ്യാറായിരുന്നു. എത്രയോ പേർ മലിനമാക്കിയ ഗർഭപാത്രങ്ങൾ പണക്കാരനായ അയാളുടെ കുഞ്ഞിനുവേണ്ടി ആർത്തിയോടിരുന്നു. ദാഹിച്ച രക്തച്ചുണ്ടുകളുമായി അവർ കിളിവാതിലിലൂടെത്തി നോക്കി.

എന്നാൽ അവൾ കുഞ്ഞിനുവേണ്ടി ദാഹിച്ചില്ല. അവളുടെ ഉദരം കുഞ്ഞിനുവേണ്ടി തുടിച്ചില്ല.

"വേണ്ട വേണ്ട." ഓരോ തവണയും അവൾ തന്നെത്തന്നെ നിഷേധിച്ചു. അവളുടെ നെഞ്ചിടിപ്പ് ഞാനറിയുന്നുണ്ടായിരുന്നു. ഉള്ളിൽ ചുരക്കുന്ന ആത്മവേദനയും ഞാനറിയുന്നുണ്ടായിരുന്നു. കട്ടിലിൽ വെളുത്ത വിരിയിൽ മഞ്ഞമണിനാഗത്തെപ്പോലെ അവൾ കമഴ്ന്ന് ചുരുണ്ടുകിടന്നു.

വീണ്ടും ഒരാഴ്ചക്കാലം തെരുവിൽ വിൽക്കാൻ കൊണ്ടുവന്ന കുഞ്ഞുങ്ങളെ നോക്കി ബാൽക്കണിയിൽ ഞങ്ങളിരുന്നു. സന്ധ്യയ്ക്ക് ചെറുവെയിൽ ഓറഞ്ച് രാശി അവളുടെ മുഖത്ത് പടർത്തി. അവളുടെ കണ്ണുകളിൽ വിഷസമുദ്രമിരമ്പി.

"ഞാമ്പ്രസവിക്കാം."

അങ്ങനെയാണ് ഇവളീ കുഞ്ഞിനെ പെറ്റത്. പാൽകുടിച്ച് കുടിച്ച് കുഞ്ഞിച്ചുണ്ട് വേദനിച്ച് അവൻ കരഞ്ഞപ്പോൾ ഞാനാണവനെ അയാൾക്ക് കൊടുത്തത്.

"എന്റെ മോൻ!"

വേദനിക്കുന്ന അടിവയർ തറയിലമർത്തി അവൾ നിലവിളിച്ചു. മിഠായിത്തെരുവിലെ മഞ്ഞവെളിച്ചത്തിൽ കണ്ണീരൊലിപ്പിച്ചവളായിരുന്നില്ല അവളപ്പോൾ. വേശ്യാത്തെരുവിൽ പെറ്റുവീണ പുതുകുഞ്ഞുങ്ങൾക്കരുകിൽ നിന്ന് അവൾ മത്സ്യകന്യകയുടെ പാട്ടുപാടി. ജലസമുദ്രമിരമ്പുന്ന രാത്രികളിൽ നിലാവെളിച്ചത്തിൽ കൊച്ചുകുഞ്ഞുങ്ങളെയുമെടുത്ത് അവൾ ബാൽക്കണിയിൽ നിന്നു. അപ്പോഴെല്ലാം അവൾ ആഹ്ലാദവതിയായ ശിശുവും അമ്മയുമായിരുന്നു.

മാംസത്തിനും തുടകൾക്കും തൊലിക്കും വിലപേശുന്ന തെരുവിൽ അമ്മമാരുടെ ഒക്കത്തുനിന്നും അവരുടെ കുഞ്ഞുങ്ങളെ അവൾ നെഞ്ചിലേക്കു വാങ്ങി.

വീണ്ടും മഴപെയ്ത ഒരു വൈകുന്നേരം, പരുന്തുകൾ ഓലക്കയ്യിൽ കുത്തിയിരുന്നു. നിലത്തുകിടന്ന നനഞ്ഞ പൂക്കൾ ചവിട്ടി അയാൾ കുഞ്ഞിനെയുംകൊണ്ട് തിരിച്ചുവന്നു.

"എന്താ?" അവളുടെ ഉടൽ വിറച്ചു.

"ഇവനു ചെവി കേൾക്കില്ല."

"അതിന്?" അവളുടെ മുഖത്ത് കടൽസർപ്പത്തിന്റെ വീര്യം കണ്ട് ഞാൻ പോലും ഭയന്നു. അയാൾക്ക് രോഗിയായ കുഞ്ഞിനെ വേണ്ട പോലും. അതിനെ തിരിച്ചേല്പിക്കാനായി വന്നതാണ്.

"ഞാൻ വളർത്തും. എന്റെ മാംസം വിറ്റ് വളർത്തും." അവളുടെ വാക്കുകൾ. എനിക്കവളോട് കരുണ തോന്നി.

"ഞാൻ നാളെ വരാം."

അന്നു യാത്ര പറഞ്ഞതിനുശേഷം പിന്നീടൊരിക്കലും ഞാനവളെ കണ്ടതേയില്ല. സൂറത്ത്ഗല്ലിൽ ഹിന്ദുക്കളും മുസ്ലിങ്ങളും തമ്മിൽ കലാപമുണ്ടായതും മഹാരാഷ്ട്രയിൽ എന്റെ നിലനില്പുതന്നെ തകരാറിലാക്കി. ജീവനുവേണ്ടി ഞാൻ നാടുവിട്ട് കേരളത്തിലേക്കുതന്നെ മടങ്ങിവന്നു.

ഇവിടെ വന്ന ആദ്യത്തെ ആറുമാസക്കാലം ഞാനൊരു സ്ത്രീയെയും അന്വേഷിച്ചുപോയില്ല. പിന്നെ ആറു മാസങ്ങൾക്കുശേഷം ഞാനെന്തിനു വേശ്യകളെ അന്വേഷിച്ചുപോയെന്നു നിങ്ങൾ ചോദിക്കുമായിരിക്കും. അതിന്റെ ഉത്തരം എന്റെ ഭാര്യയാണ്. കൊഴുത്തു തടിച്ച ഒരു മച്ചിപ്പശു. അവൾക്ക് പ്രസവിക്കാനറിയില്ല. അവളുടെ ഗർഭപാത്രം ഒരു വിത്തും മുളപ്പിക്കില്ല.

വിവാഹം ചെയ്യുമ്പോൾ അവൾ കറുത്തുണങ്ങിയ തുകൽച്ചെണ്ട പോലെയായിരുന്നു. ചീഞ്ഞ കടൽമത്സ്യത്തിന്റെ ഗന്ധമുള്ള അവളുടെ മുഖത്ത് ഞാൻ കാമത്തോടെ ചുംബിച്ചപ്പോഴൊന്നും തന്നെ ഒരു ഭാര്യയുടെ സ്നേഹശാഠ്യത്തോടെ അവളെനിക്ക് പ്രതിചുംബനം തന്നില്ല. എലിവാൽപോലെ അറ്റം പിളർന്ന അവളുടെ മുടിയുടെ കാറമണം പഴകിയ മീൻകൊട്ടയുടെ ചൂരു കൊണ്ടുവന്നു.

ആദ്യരാത്രിയിൽ ഗ്രഹണി പിടിച്ചവരുടെ നഗ്നത അവളുടെ ഉന്തിയ വയറിൽ കണ്ട് എനിക്ക് പൊട്ടിച്ചിരിക്കാൻ തോന്നി. അവളുടെ അച്ഛൻ എണ്ണിത്തന്ന പണമോർത്തപ്പോൾ ഞാനെന്റെ വിചാരങ്ങൾ അടക്കി.

ആ രാത്രിയിൽ അയയിൽ തിളങ്ങിയ എന്റെ ഭാര്യയുടെ പട്ടുസാരി സൂറത്ത് ഗല്ലിലെ അയയിൽ തൊട്ടിലാടിയ സർപ്പിണിയുടെ കോട്ടൺ സാരിയെ ഓർമ്മിപ്പിച്ചു.

എണ്ണ കിനിയുന്ന സർപ്പിണിയുടെ ശരീരത്തിന്റെ കാന്തിക ശക്തിയോർത്ത് ഞാൻ കിടുങ്ങി. പനീർഗന്ധമുള്ള അവളുടെ സർപ്പദേഹം. പഴുത്ത പനീർചാമ്പ ചവർക്കുന്ന ചുവന്ന ചുണ്ടുകൾ. വഴുത്തുവഴുത്ത വെണ്ണവേർപ്പൂറുന്ന ഇളം നെഞ്ച്. എല്ലാം ഞാൻ ഞെട്ടലോടും ഭീതിയോടും ആർത്തിയോടുംകൂടി ഓർത്തു.

സൂറത്ത് ഗല്ലിലെ കലാപമായിരുന്നു എന്റെ ദുർവിധിക്ക് കാരണം. അതെന്റെ ജോലി കളയിച്ചു. സർപ്പ ഉടലും മുഖവുമുള്ള സീൽക്കാരത്തിൽ മയങ്ങുന്നതിനുള്ള എന്റെ അവകാശം നിഷേധിച്ചു.

കൊട്ടത്തേങ്ങ പോലുള്ള എന്റെ ഭാര്യയുടെ നെഞ്ചിൽ കിടക്കേണ്ടിവന്നപ്പോഴെല്ലാം എനിക്ക് ശാപവചനങ്ങൾ തികട്ടിവന്നു. ജീവിതത്തിനുമീതെ നിരാശയുടെയും മടുപ്പിന്റെയും കരിമ്പുതപ്പ് ഊർന്നുവീണു. ഞാൻ വീണ്ടും വേശ്യകളെ സന്ദർശിക്കുവാൻ തുടങ്ങി.

ചിലപ്പോൾ വൈകുന്നേരം നഗരത്തിന്റെ നിശ്ശബ്ദതയിൽ ഒളിച്ചുനിൽക്കുന്ന ചിലരെ കിട്ടിയാലായി. സിനിമാഹാളിലോ ചന്തയിലോ വച്ച് പുതു ഉരുപ്പടികൾക്കായി വിലപേശുന്ന ചില കൂട്ടിക്കൊടുപ്പുകാരെ കണ്ടാലായി. അല്ലെങ്കിൽ കടത്തിണ്ണയിൽ, ഉത്സവപ്പറമ്പിൽ എവിടെയൊക്കെയോ വച്ച് ഞാൻ പുതിയ സ്ത്രീകളെ പരിചയപ്പെട്ടു.

ഒരുത്സവപ്പറമ്പിൽ വെച്ചാണ് അതുണ്ടായത്. ശബ്ദത്തിന്റെയും നിറത്തിന്റെയും ഉഷ്ണത്തിന്റെയും ലോകത്ത് ഉത്സവം ഉഴുതുമറിഞ്ഞു. എന്റെ കണ്ണുകൾക്ക് സുന്ദരികളായ സ്ത്രീകളെ വേണമായിരുന്നു. വാറ്റുചാരായ വില്പനയുള്ള ആൽത്തറമേൽ ഞാൻ ക്ഷമയോടെ കുത്തിയിരുന്നു. അപ്പോഴാണ് പത്തുവയസ്സുള്ള ഒരാൺകുട്ടി എന്നെ തോണ്ടിയത്.

"എത്ര വേണം?"

"ഇർന്നൂത്ത്യമ്പത്."

"ശരി."

അവൻ നടന്ന പാടവരമ്പിലൂടെ ഞാൻ പിൻനടന്നു. ആരോ കടിച്ചുതുപ്പിയ നഖത്തുണ്ടുപോലെ ആകാശത്തൊരു അമ്പിളിക്കഷണം.

വെളുത്ത മണൽ വിരിച്ച കോളനിമുറ്റത്താണ് അവനെന്നെ നിർത്തിയത്. "ഇർന്നൂത്ത്യമ്പത്." അവൻ ആർത്തിയോടെ കൈനീട്ടി. പണം കൊടുത്തതും എന്നെ അകത്തു കയറ്റി അവൻ വാതിലടച്ചു.

അകത്ത് മുടകവിളക്കിന്റെ പ്രകാശത്തിൽ ആ സ്ത്രീയെ ഞാൻ കണ്ടു. അതവളായിരുന്നു. സർപ്പിണി.

"ഓഹ് നിങ്ങളോ!"

അവളുടെ മുഖത്ത് സൗഹൃദം വിടരുന്നത് ഞാൻ കണ്ടു.

"വരൂ. മോൻ തന്നെ നിങ്ങളെ കൂട്ടിക്കൊണ്ടു വന്നു, അല്ലേ?"

അവളുടെ മകൻ! ഞാൻ വിരണ്ടുപോയി. ചെവികേൾക്കാത്ത, രോഗിയായ, എപ്പോഴും നിലവിളിക്കുന്ന അവളുടെ മകൻ. "ഛെ" ഞാൻ തല കുടഞ്ഞു.

"മ് അതാണ് എന്റെ വിധി. അച്ഛനും മകനുമൊക്കെ... അതു പോട്ടെ, നിങ്ങൾ വരൂ." അവളെന്നെ ക്ഷണിച്ചു.

ഞാനൊന്നും പറഞ്ഞില്ല. അമ്മയുടെ മുറിയുടെ വാതിൽ സാക്ഷയിടുമ്പോൾ വിതുമ്പുന്ന ചുണ്ടുകളും നിറഞ്ഞ കണ്ണുകളുമായി തണുത്ത നിലത്ത് കളിവണ്ടിയുരുട്ടിയിരുന്ന ഒരഞ്ചു വയസ്സുകാരനെ ഞാനോർത്തു. അവന്റെ മുഖത്ത് ഞാൻ കണ്ടിരുന്ന അപമാനം, ദൈന്യത...

എനിക്കു ചെറുങ്ങനെ ഭയം തോന്നി. പുറത്ത് അവൻ കളിവണ്ടികളുരുട്ടുന്ന കട കട ശബ്ദം കേട്ടു. മൂങ്ങകൾ കൊത്തുകൂടി മുക്രയിടുന്ന ശബ്ദം കേട്ടു. ഉത്സവപ്പറമ്പിലെ കതിനവെടിശബ്ദം കേട്ടു.

അവൾ മുമ്പോട്ട് നടന്നു വന്നു. അവളുടെ ശരീരത്തിൽനിന്നു രൂക്ഷമായ ഒരു വിഷഗന്ധം എന്റെ മൂക്കിലേക്കടിച്ചുകയറി. വിഷഞരമ്പോടിയ വലിയ നെഞ്ചുകൾ. വിഷപ്പച്ചയോടിയ മൂർച്ചയുള്ള കണ്ണുകൾ... വിഷനീലിച്ച മുലക്കണ്ണുകൾ.

വിഷമൂറുന്ന ചുണ്ടുകൾ.

ശരിയാണ്... ശരിയാണ്. നിങ്ങളവളെ സർപ്പിണിയെന്നു വിളിച്ചത് ശരി തന്നെയാണ്.

ഞാൻ തളർച്ചയോടെ നിന്നപ്പോൾ വിഷസീൽക്കാരത്തോടെ അവൾ ഉടൽ വിടർത്തുകയും വഴുപ്പു വിടാത്ത ദേഹത്തോടെ ഒരു കരിനീലസർപ്പത്തെപ്പോലെ എന്റെ ശരീരത്തെ ആഞ്ഞുകൊത്തുകയും ചെയ്തു.

1975 ൽ പോസ്റ്റ് ചെയ്ത ഒരു കഥ

വിമാനാപകടത്തിൽ അയാൾ ചത്തു തുലഞ്ഞെന്ന വാർത്ത വിവിധ് ഭാരതിയിലൂടെ കേട്ടപ്പോൾ ഞാൻ ചെറുങ്ങനെയൊന്നു നടുങ്ങി. വേശ്യാപ്പുരയുടെ തകരച്ചുമരുകൾക്കിടയിൽ ബീജാവശിഷ്ടങ്ങൾ നിറഞ്ഞ ചുവന്ന ബക്കറ്റുമായി ഞാൻ ഒരു നിമിഷം നിന്നു. വീണ്ടും ഓരോ മുറികളിലേക്കും കയറിച്ചെന്ന് ഉപയോഗിച്ച ഗർഭനിരോധന ഉറകളും ഗുളികകളുടെ കവറുകളും പെറുക്കാൻ എനിക്കു പെട്ടെന്ന് അറപ്പു തോന്നി.

എന്റെ മുമ്പിലൂടെ കേരളത്തിൽനിന്നു വാങ്ങിയ അഞ്ചാറ് ആദിവാസി പെൺകുട്ടികൾ നടന്നുപോയി. അവരിലൊരാൾ എന്നെ നോക്കി സ്നേഹത്തോടെ ചിരിക്കുകയും ചെയ്തു.

തെരുവിൽ, പുറത്ത് ചെണ്ടയുടെ ശബ്ദവും ഡപ്പാങ്കൂത്തും കേട്ടു. പടക്കങ്ങളുടെ മാലശബ്ദവും ഘോഷവും വിസിലടികളും ആകാശത്ത് പൊട്ടിത്തെറിച്ച് തീപ്പൂവുകൾ തകർന്ന മനുഷ്യ ശിരസ്സിൽ നിന്നെന്ന പോലെ ചോരത്തുള്ളികൾ ചിതറിച്ചു. വിവിധ് ഭാരതിയിൽനിന്ന് ഒരു പഴയ വിപ്ലവഗാനം സംപ്രേഷണം ചെയ്തു.

എനിക്കെന്തോ കണക്കിൽ പിഴച്ചതുപോലെ തോന്നി. ഞാനാ പ്ലാസ്റ്റിക് ബക്കറ്റ് നിലത്തുവച്ചു. മൂന്നുവർഷങ്ങൾക്കുമുമ്പ് ഒരുഷ്ണസന്ധ്യക്ക് എന്റെ പത്തൊമ്പതു വയസ്സിലായിരുന്നു എനിക്കാ ബക്കറ്റ് കിട്ടിയത്. വന്ധ്യംകരണം ചെയ്തവർക്കായുള്ള ഗവണ്മെന്റിന്റെ സൗജന്യം. ഞാൻ ആ ദിവസങ്ങളെക്കുറിച്ചോർത്തു.

പട്ടാളക്കാർ എന്റെ ഗ്രാമത്തിൽ ആദ്യമായി വന്ന ദിവസം...

ഞാൻ പഴക്കൂടകൾ ഒഴിഞ്ഞ എന്റെ ഉന്തുവണ്ടിയിൽ രാത്രി ദോശകൾ ചുട്ടു. വെന്ത ഇരുമ്പുകല്ലിലേക്ക് ഞാൻ മാവ് കലക്കിയൊഴിച്ചു.

നാല്പത്തഞ്ചു പട്ടാളക്കാരുടെ ഒരു സംഘമായിരുന്നു അത്. അവർ തോക്കിന്റെ ബാരലുകളിൽ തട്ടിക്കൊണ്ടിരുന്നു. രാത്രി, എന്റെ പെട്രോമാക്സിലേക്ക് ഇരുട്ട് കലക്കിയൊഴിച്ചതുപോലെ അതു പെട്ടെന്നു കെട്ടു.

ഞാൻ ഒന്നുരണ്ട് മൂടകവിളക്കുകൾ കത്തിച്ചു.

“ദോശയെടുക്ക്.” അവരിലൊരാൾ പറഞ്ഞു.

“പയ്യൻ നിന്റെ പേരെന്താണ്?”

“ഗുലാം നബി!” ഞാൻ പുതിന ചട്ണി അയാളുടെ പാത്രത്തിലേക്ക് കോരിയിട്ടു.

എന്റെ ഗ്രാമത്തിൽ എന്താണു സംഭവിക്കാൻ പോകുന്നതെന്ന് എനിക്കറിയാമായിരുന്നു.

തലേ ആഴ്ചകളിൽ ബാവലിയിലും മഡോഗയിലും പട്ടാളക്കാർ ലാത്തികൾ ചുഴറ്റുന്നതും അവിടത്തെ രാത്രികളിൽ കർഫ്യൂ നിശ്ശബ്ദതയുടെ ലാടവിളക്കുകൾ കത്തിച്ചതും ഞാൻ കണ്ടിരുന്നു.

“ഗുല്ലു പേടിക്കേണ്ട അവരിങ്ങോട്ടൊന്നും കേറിവരില്ല. ഇന്ദിരാജി വളരെ നല്ലവളാണ്.” മുന്നി എന്നെ ആശ്വസിപ്പിച്ചു.

“ത്ഫൂ നല്ലവൾ” മറുപടി പറഞ്ഞത് ചുങ്കുദാദുവാണ്.

“നിനക്കതിന്റെ കളികളൊന്നും അറിയില്ലാ മകളെ” അദ്ദേഹം മുന്നിയെ ശാസിച്ചു. അവളുടെ മുഖം ഇളംചുവപ്പാകുന്നതും പൂവിതൾ പോലത്തെ ചുണ്ടുകൾ കൂർക്കുന്നതും ഞാൻ കണ്ടു. “ബിർ ഹോറുകളുടെ കാര്യത്തിൽ എന്താണു സംഭവിച്ചത്? ഖാസികളുടെ പ്രശ്നം നോക്കൂ. സർക്കാരിനെ നിങ്ങൾ വെറുതെ കുറ്റപ്പെടുത്തുകയാണ്.”

“മുന്നീ, ആദിവാസികളുടെ പ്രശ്നം മാത്രമാണ് ഇന്ത്യയുടെ പ്രശ്നം എന്നു കരുതരുത്. ഇവിടത്തെ ഓരോരുത്തനും നീതി ആവശ്യമാണ്.” ചുങ്കുദാദു കിതച്ചു.

“ആദിവാസി പ്രശ്നം മുമ്പോട്ടു കൊണ്ടുവന്നതുകൊണ്ടുമാത്രം അടിയന്തരാവസ്ഥയെ ന്യായീകരിക്കാനാവില്ല.”

“ചുങ്കുദാദു പതുക്കെ.” ഞാൻ അദ്ദേഹത്തെ വിലക്കി. ഇഷ്ടികയുടെ മൺചുമരിനും വാതിൽപ്പൊളിക്കും ചെവിടുകളുണ്ടെന്നു ഞാൻ ഭയന്നിരുന്നു. രാജ്യസ്നേഹത്തിന്റെയും രാജ്യദ്രോഹത്തിന്റെയുമിടയ്ക്ക് ഇന്ത്യയിൽ ചില വാക്കുകളുടെയും വാചകങ്ങളുടെയും വരമ്പുകൾ മാത്രമേയുള്ളൂവെന്ന് എനിക്കറിയാമായിരുന്നു. വേനൽ, വിനാഗിരി വീണ വ്രണം പോലെ ഗ്രാമം പഴുത്തുകൊണ്ടിരുന്നു. മുളങ്കാടുകൾക്കിടയിലൊരു വേനൽക്കാറ്റ് പാട്ടു മൂളി ചുറ്റിത്തിരിഞ്ഞു. നഗരാതിർത്തിയിലായിരുന്നു ഞങ്ങളുടെ ലോഡ്ജ്. ആര്യവേപ്പിന്റെയും പേരാലിന്റെയും കൂറ്റൻ വൃക്ഷങ്ങൾക്കിടയിൽ ഒരു തടിച്ച കൽക്കുന്തം പോലെ എന്റെ ലോഡ്ജ് നഗരത്തെയും ഗ്രാമത്തെയും വേർതിരിച്ചു. പ്രൊഫ. രാമനാഥയ്യരുടെ ഇൻസ്റ്റിറ്റ്യൂട്ടിനുവേണ്ടി നെൽവിത്തുകൾ ശേഖരിക്കുന്നവരുടെ സംഘത്തിൽ ഞാനും ചിലപ്പോഴെല്ലാം ഉൾപ്പെട്ടു. അല്ലാത്തപ്പോഴെല്ലാം ഞാൻ

ഗ്രാമങ്ങളിൽ പോയി വയലറ്റു കറയിറ്റുന്ന ഞാവൽപ്പഴങ്ങളും കുഞ്ഞിച്ചുണ്ടിലെ ഈത്തപോലുള്ള റമ്പൂട്ടാനും തുടുപേരയ്ക്കകളും ശേഖരിച്ചു. അവ മുളവണ്ടിയിൽ വച്ച് നഗരങ്ങളിൽ കൊണ്ടുചെന്നു വിറ്റു. അടിയന്തരാവസ്ഥ എന്റെ ജോലിയെയും തടസ്സപ്പെടുത്തി. പഴക്കൂടകൾ ബലമായി പിടിച്ചുകൊണ്ടുപോകുന്ന ഒരു സംഘം പട്ടാളക്കാർ. ഉറക്കെ "റമ്പൂട്ടാൻ" എന്നലറല്ലെന്നു വിലക്കുന്ന മറ്റൊരു കൂട്ടർ. കർഫ്യൂ കാരണം സ്ത്രീകൾ നിരത്തിലിറങ്ങിയതേയില്ല. സ്വതേ എന്റെ പഴവണ്ടിയുടെ മണിശബ്ദം കേൾക്കുമ്പോൾ ആർത്തിയോടെ നിലവിളിക്കാറുള്ള കുഞ്ഞുങ്ങളുടെ ചിരിപോലും കേൾക്കാതായി. അവർ തടിച്ച വിരിപ്പുകൾ തൂക്കിയ ജാലകച്ചില്ലകൾക്കു പുറകിൽ ഭയം പുതഞ്ഞ കണ്ണുകളോടെ നഗരത്തെ ഒളിച്ചുനോക്കി.

പട്ടിണികിടക്കാൻ എനിക്കും ചുങ്കുദാദുവിനും ശേഷിയുണ്ടായിരുന്നില്ല. ഞാൻ മുന്നിയോടൊപ്പം നെൽവിത്തുകൾ ശേഖരിക്കാൻ പാടങ്ങൾ തേടിച്ചെന്നു.

"ഏറ്റവുമധികം നെൽവിത്തുകൾ ഇന്ത്യയിലാണുള്ളത്. 25,000-ലധികം. പറഞ്ഞാ വിശ്വസിക്കോ." മുന്നി തന്റെ അറിവു വിളമ്പി. ചൂടു കാരണം നെൽവിത്തുകൾ പഴുത്തു വിളഞ്ഞിരുന്നു. ചില ഗർഭിണികൾ വാട്ടത്തോടെ മണ്ണിലേക്കു മുഖം കുത്തിനിന്നു. ആ ഉഷ്ണത്തിൽ, അട്ടിയിട്ട വൈക്കോൽത്തുറുകൾക്കിടയിൽ വച്ച് ഞാൻ മുന്നിയുടെ ഇടതുകണ്ണിൽ ചുംബിച്ചു.

ഈ വേനൽ കഴിയുമ്പോഴേക്കും വിത്തുശേഖരണം പൂർത്തിയാകുമെന്നും ഞങ്ങളുടെ ഗ്രാമത്തിൽ പുതുവിത്തു വിതറി നെൽപ്പാടങ്ങൾ മുളപൊട്ടുമെന്നും ഞങ്ങൾ പ്രതീക്ഷിച്ചു. അതുകഴിഞ്ഞാൽ വേനലിൽ ഞാൻ മുന്നിയെ കല്യാണം കഴിക്കും.

അവളുടെ വെറ്റിലച്ചോപ്പുള്ള തേൻചുണ്ടിൽ ഞാൻ സ്പർശിക്കും. ഞങ്ങളുടെ കുഞ്ഞുങ്ങൾ അരഞ്ഞാണമണി കിലുക്കി നെൽവയലുകളിലൂടെ ഓടും.

വരണ്ട തീരെ വിളർത്ത ഒരുഷ്ണക്കാറ്റ് ഞങ്ങളെ ചുറ്റി വീശി. പാടശേഖരം ചുറ്റി പട്ടാളവിസിലും ഹോണടികളുംകൊണ്ട് പുതിയ ചില ജീപ്പുകളും ഞങ്ങളുടെ ഗ്രാമത്തിലേക്കു കയറിവന്നു.

അങ്ങനെയൊരു സന്ധ്യയ്ക്കാണ് ഞാനയാളെക്കണ്ടത്. പാഴ്സിമുഖവും ആറടി ഉയരവുമുള്ള വെളുത്ത യുവാവ്. അയാൾ ഒരു ഭരണാധികാരിയാണെന്ന് ഞങ്ങളുടെ ഗ്രാമീണർ വിശ്വസിച്ചില്ല. ഉയർന്ന മൂക്കും പച്ചവേരിറങ്ങിയ കവിളുകളും രാകിക്കൂർപ്പിച്ച പ്രശാന്തമായ പുഞ്ചിരിയും അയാൾക്കുണ്ടായിരുന്നുവെങ്കിലും ഉള്ളിൽ ഒരു സമുദ്രമിരമ്പിയലറുന്നതായി അയാളുടെ കണ്ണുകൾ വിളിച്ചുപറഞ്ഞു.

പട്ടാളക്കാർ ഡോക്ടർമാരെ കൊണ്ടുവന്നതെന്തിനെന്നു ഞങ്ങൾക്കു മനസ്സിലായില്ല. പക്ഷേ, തേൻ ശേഖരിക്കുന്ന ആദിവാസികളും നായാടികളായ ഗ്രാമീണരും രാവിലെതന്നെ ടെന്റിനു മുമ്പിൽ ക്യൂ നിന്നു. ചോണനു

റുമ്പിന്റെ ഒരു വരിപോലെ. തിരിച്ചുപോകുമ്പോൾ അവരെല്ലാം കടും നിറങ്ങളുള്ള പ്ലാസ്റ്റിക് ബക്കറ്റുകൾ തൂക്കിപ്പിടിച്ചു.

“എന്താണിവിടെ, ഇവിടെ കർഫ്യൂ ബാധകമല്ലേ?” അസ്വസ്ഥരായ ചില മതപണ്ഡിതന്മാർ പരസ്പരം ചോദിച്ചു. അന്നു വൈകുന്നേരം ചുങ്കുദാദുവാണ് അതിനെക്കുറിച്ച് എന്നോടു പറഞ്ഞത്.

“അരേ ഉള്ളൂ. അത് വന്ധ്യംകരണമാണ്. പുരുഷവന്ധ്യംകരണം. ബദൽ 5 കിലോ അരി. ഒരു പ്ലാസ്റ്റിക് ബക്കറ്റ്, ഒരു ട്രാൻസിസ്റ്റർ. ആദിവാസികളെന്തിനാ പെറ്റുപെരുകുന്നത്?”

വൈകുന്നേരം ചില ഖാസിക്കുടിലുകളിൽ നിന്ന് ചലച്ചിത്രഗാനങ്ങൾ കേട്ടതായി ഞാനോർത്തു. പിന്നീടത്തെ ഓരോ പകലിലും പാടങ്ങളായ പാടങ്ങളിലേക്ക് നെൽവിത്തു ശേഖരിക്കാൻ പോകുമ്പോൾ സമീപത്തെ കുടിലുകളിൽ വിവിധ് ഭാരതിയുടെ ശബ്ദമുയരുന്നോ എന്ന് ഞങ്ങൾ ശ്രദ്ധിച്ചു. “സംഗീതവും വന്ധ്യംകരണവും ഒരുതരത്തിൽ ജീവനും മരണവും പോലെയാണ്, അല്ലേ ഗുല്ലു?”

ബിർഹോറുകളുടെ കുടിലുകൾക്കു മുമ്പിൽ കടുംനിറത്തിലുള്ള ബക്കറ്റുകൾ ഇരുന്നത് ഞാൻ കൗതുകത്തോടെ നോക്കി.

“ഗുല്ലു, നീയൊരു കാര്യം അറിഞ്ഞോ?” മുന്നി ചുറ്റും നോക്കി. മുളങ്കാടുകൾക്കു നടുവിൽ മുളന്തൈകൾ ചെറു ചെവിയിളക്കി മുള്ളുകൾ പരസ്പരം ഇറുകിപ്പുണർന്നു. ഉണങ്ങിയ മുളയീരിലകൾ മുന്നിയുടെ തലയിലേക്ക് വന്നുവീണുകൊണ്ടിരുന്നു.

ഞങ്ങൾ ശേഖരിച്ച നെൽവിത്തുകൾ മനിലയിലേക്കോ ഫിലിപ്പൈൻസിലേക്കോ മറ്റോ കടത്താൻ പോവുകയാണ്.

“പകരം അവിടത്തെ വിത്തുകൾ ഇങ്ങോട്ട് കൊണ്ടുവരേണ്ടതാണ്. പക്ഷേ, 25,000 തരത്തിനു പകരം എന്തു വിത്ത്?”

എനിക്കാണ് ചുങ്കുദാദുവിനെക്കാൾ മുമ്പ് അപകടം മണത്തത്. ഇന്ത്യയുടെ വിത്തുകൾ, ഇന്ത്യക്കാരന്റെ ചോറ്, ഇൻസ്റ്റിറ്റ്യൂട്ടിന്റെ ശീതീകരിച്ച അറകൾക്കുള്ളിൽ ആരൊക്കെയോ പതിഞ്ഞ ശബ്ദത്തിൽ പിറുപിറുക്കുന്നു. അയ്യരുടെ കട്ടിക്കണ്ണടകൊണ്ടു മറഞ്ഞ കണ്ണുകൾക്കകത്ത് ഗൂഢമായ എന്തൊക്കെയോ ഒളിഞ്ഞുകിടക്കുന്നു.

വേനൽ വീണ്ടും പഴുത്തു. നെല്ലു കൊയ്ത പാടത്ത് ഭൂമി വിണ്ടു. ടാങ്കർ ലോറികളിൽ രാവിലെയും ഇടനേരങ്ങളിലും പട്ടാളക്കാർക്കായി വെള്ളമെത്തുന്നുണ്ടായിരുന്നു. വന്ധ്യംകരണത്തിനു വന്ന ഗ്രാമീണരും തങ്ങൾക്കു കിട്ടിയ പ്ലാസ്റ്റിക് ബക്കറ്റുകളിൽ വെള്ളം ശേഖരിച്ച് വീടുകളിലേക്കു മടങ്ങി.

വന്ധ്യംകരണ ടെന്റുകളിലേക്കുള്ള ഗ്രാമീണരുടെ വരവു നിലച്ചത് പെട്ടെന്നായിരുന്നു. ഉൾഗ്രാമങ്ങളിൽനിന്ന് 9 കുട്ടികളെ പ്രസവിച്ചു തളർന്ന ബിർഹോർ സ്ത്രീകളോ റേഡിയോ കിട്ടുമെന്നറിഞ്ഞുവന്ന വൃദ്ധഖാസികളോ മാത്രമായി. ടെന്റിൽ പട്ടാളക്കാർ തോക്കു തുടച്ചും വേനൽപ്പൊടി പിടിച്ച ഷൂസുകളിൽ തിളങ്ങുന്ന പോളീഷ് തേച്ചുമിരുന്നു. ഡോക്ടർ

മാരുടെ കാര്യമായിരുന്നു കഷ്ടം. അവരുടെ വിരലുകൾ ശസ്ത്രക്രിയാ രക്തം പുരളാതെ ഉണങ്ങിപ്പൊട്ടി. ഉണക്കാനിട്ട അവരുടെ വെള്ളാരക്കോട്ടുകളിൽ പൊടിക്കാറ്റു തട്ടി. കളിമണ്ണിന്റെയും ചെമ്മണ്ണിന്റെയും പൊടിനിറഞ്ഞ അലസവസ്ത്രങ്ങളിൽ അവർ മുഷിഞ്ഞു. അവരുടെ മുടി ചെമ്പിച്ചും എണ്ണയിടാത്തതിനാൽ പാറിയും കിടന്നു. ഇടയ്ക്കെല്ലാം അവർ തിരിച്ചുപോകുമെന്ന അഭ്യൂഹവും നാട്ടിൽ പരന്നു.

ആ ചൊവ്വാഴ്ചയാണ് ഞാനും മുന്നിയും അയ്യരോടു പിണങ്ങിയത്. വിത്തു ശേഖരിക്കാൻ പോയ അഞ്ചാറു പ്രൊഫസർമാരും ചെറുപ്പക്കാരുടെ സംഘവും ഞങ്ങളോടൊപ്പമുണ്ടായിരുന്നു.

"ഇന്ദിരാജിയെ ഞങ്ങളിതറിയിക്കും."

"കള്ളത്തരത്തിനു ഞങ്ങൾ കൂട്ടുനിൽക്കില്ല." ജനക്കൂട്ടം ക്ഷുഭിതരായിരുന്നു. ഇൻസ്റ്റിറ്റ്യൂട്ടിനു വെളിയിൽ മുദ്രാവാക്യങ്ങളുമായി ഞങ്ങൾ കാത്തുനിന്നു.

ഗ്രാമത്തിൽ പ്രശ്നങ്ങൾ തുടങ്ങാനിരിക്കുന്നതേയുണ്ടായിരുന്നുള്ളു. അതേ ചൊവ്വാഴ്ച ഉച്ചയ്ക്ക് വെയിലിന്റെ വെളുത്ത വികിരണത്തിൽ ഗൗരവംപുരണ്ട ഇളം പുഞ്ചിരിയോടെ വീണ്ടും അയാൾ ഞങ്ങളുടെ ഗ്രാമത്തിലേക്കു കടന്നുവന്നു. പട്ടാളക്കാർ ഭ്രാന്തെടുത്തതുപോലെ വീടുകളിൽ ഓടിനടന്നു. വന്ധ്യംകരണ ടെന്റിൽ, രണ്ടു കുട്ടികളിലധികമുള്ളവർ ഉടനടി ഹാജരാകണമെന്ന് ഉച്ചഭാഷിണിയിലൂടെ പട്ടാളക്കാർ വിളിച്ചുപറഞ്ഞു. മൂന്നു കുട്ടികളുള്ള പുരുഷന്മാരെ വീടുകളിൽനിന്ന് അവർ വലിച്ചിറക്കി.

"ഉവ്വ്. നഗരത്തിൽ അത്യാപത്ത് നടക്കാൻ പോകുന്നു." ചുങ്കുദാദു പരിഭ്രാന്തിയോടെ പിറുപിറുത്തു. ദാദുവിന്റെ ഉണക്കമുന്തിരിപോലെ വരണ്ട താടി ചെറുങ്ങനെ ഇളകി. അദ്ദേഹത്തിന് പനിക്കുന്നുണ്ടായിരുന്നു. ലോഡ്ജിലെ മട്ടുപ്പാവിൽ പേരാൽത്തണൽ വീണ വടക്കുഭാഗത്ത് കുത്തിയിരുന്ന് പീളകെട്ടിയ കണ്ണുകൾ ചൊറിഞ്ഞ് ചുങ്കുദാദു വീണ്ടും പറഞ്ഞു:

"അപകടം അപകടം." പട്ടാളവണ്ടിയുടെ വലിയ സൈറണിൽ ദാദുവിന്റെ വാക്കുകൾ ചിതറിപ്പോയി.

"മോനെ ഗുല്ലൂ പുറത്തിറങ്ങരുതേ, അത്യാപത്ത് വരുന്നു. രാത്രിയായിട്ടും പട്ടാള ജീപ്പുകൾ ഓട്ടം നിർത്തിയിരുന്നില്ല. അവർ കുടിലുകളുടെ വാതിലുകൾ ചവിട്ടിപ്പൊളിക്കുന്നതും തെറിവിളിക്കുന്നതും കേൾക്കാമായിരുന്നു. ഇരുമ്പുലാടങ്ങൾ കയറ്റിയ കാലുകൊണ്ട് മാർച്ചു ചെയ്യുന്ന ഭ്രാന്തൻ കുതിരപ്പടയെ എനിക്കോർമ്മ വന്നു.

"യാ അല്ലാ... ഇത് ഇന്ത്യതന്നെയാണോ?" ചുങ്കുദാദു ഇടയ്ക്കെപ്പോഴോ ചോദിച്ചു. നമസ്കരിക്കാൻ പോലും എഴുന്നേല്ക്കാനാവാത്ത വിധം അവശനായിട്ടും ദാദുവിന്റെ ശബ്ദത്തിൽ ഇടിമുഴങ്ങുന്നുണ്ടായിരുന്നു.

പട്ടാളക്കാർ പുരുഷന്മാരെ ബലമായി പിടിച്ചുകൊണ്ടുപോകുന്നത്

ഞങ്ങൾ കണ്ടു. ചിലരെ കെട്ടിവലിച്ചും ചിലരെ വലിച്ചിഴച്ചും തൊഴിച്ചുമെല്ലാം അവർ ടെന്റിലെത്തിച്ചു. ആകാശത്ത് അഗ്നിനിറമുള്ള രക്തനക്ഷത്രങ്ങൾ ഉദിച്ചുയർന്നു.

"നാളെ സൂര്യൻ പടിഞ്ഞാറുദിക്കും. ലോകാവസാനം വരുന്നു. കിയാമത്ത് നാൾ."

എനിക്കെന്തോ അമ്പരപ്പു തോന്നി. വേപ്പുമരങ്ങളുടെ ഇലകൾ ഉഷ്ണരാത്രിയിൽ വിയർത്തിളകി. പേരാൽ ഇരുട്ടിലേക്ക് ഇലകൾ കൊഴിച്ചിട്ടു.

"ഗുല്ലൂ സൂക്ഷിക്കണം."

"ഇതു മൂന്നും നാലും കുട്ടികളുള്ളവരെയാണ് ദാദു."

"എന്ത് പിടിച്ചുകെട്ടിക്കൊണ്ടുപോകുന്നത് അല്ലേ?" ദാദുവിന്റെ കഫത്തിൽ പ്രതിഷേധം തൊട്ടു വലിഞ്ഞത് ഞാൻ രാത്രി കണ്ടു. അതിന്റെ നീലിച്ച മുഖം കണ്ടു. വിഷദംശനമേറ്റ പെൺകുട്ടിയെപ്പോലെ തെരുവ് വിറങ്ങലിച്ചു നീലിച്ചത് ഞാൻ കണ്ടു. നീലചാന്ദ്രരശ്മിയിൽ ഞാനും ദാദുവും പാറക്കൂട്ടമായതു സ്വപ്നം കണ്ട് ഞാൻ ഉറങ്ങിപ്പോയി.

"ഗുല്ലൂ" രാവിലെ മുന്നിയുടെ പതുക്കെയുള്ള ഒച്ച കേട്ട് ഞാൻ കണ്ണുതുറന്നു. ആംബുലൻസുകൾ ലോഡ്ജിനു താഴെക്കൂടി പാഞ്ഞു.

"പുതിയ ഡോക്ടർമാരാ. അറിഞ്ഞോ ഗുല്ലൂ, അവർ ബിർഹോർ സ്ത്രീകളെ പിടിച്ചുകൊണ്ടുപോയി.

"എന്തിന്?"

"ഗർഭിണികളെ. ഇന്ത്യയിൽ ജനസംഖ്യാവർദ്ധനയാണത്രെ."

കഴിഞ്ഞ രാത്രിയിലെ അശരണമായ നിലവിളികളെപ്പറ്റി ഞാനോർത്തു. അമ്മമാരുടെയും ഗർഭപാത്രങ്ങളിൽനിന്നു ചുരണ്ടിയെറിയപ്പെട്ട ഭ്രൂണങ്ങളുടെയും കരച്ചിലുകൾ.

ഡോക്ടർമാർ ഭ്രൂണഹത്യയുടെ പാപക്കറകൾ കഴുകിക്കളഞ്ഞ് അവർ മുഖം കഴുകുന്നതും പല്ലു തേക്കുന്നതും ചോരകൊണ്ടാണെന്ന് ഞങ്ങൾ ശങ്കിച്ചു. അവരുടെ കൂടാരം ഒരു പ്രേതക്കൊട്ടകയെ ഓർമ്മിപ്പിച്ചു. അതിന്റെ നരച്ച നിറമാർന്ന മേലുറകൾ പുലർകാറ്റിൽ ശ്വാസോച്ഛ്വാസം ചെയ്തു.

"നമ്മടെ സ്വാമി വിത്തു കടത്താൻ പോവാണ്. ഇന്ദിരാജി സമ്മതിച്ചുവത്രെ. ആ പന്നൻ." മുന്നിയുടെ കണ്ണുകൾ ചെറുതായി നിറയുന്നുണ്ടെന്നെനിക്കു തോന്നി.

"നമ്മളുണ്ണേണ്ട ചോറ്, നമ്മടെ അരി." അവളുടെ മുഖപേശികൾ തുടുത്ത തക്കാളിപ്പഴങ്ങൾ പോലെ ദൃഢതയാർന്നു ചുവന്നു. "ഞാൻ സമ്മതിക്കില്ല. ഇന്ദിരാജിക്ക് കത്തെഴുതും."

"വേണ്ട മുന്നീ അപകടമാവും."

"മുന്നീ മകളെ!" ദാദു മുന്നിയെ വിളിച്ചു. അദ്ദേഹത്തിന്റെ കണ്ണുകൾ നനഞ്ഞ പീളകൊണ്ട് മൂടിപ്പോയിരുന്നു.

"കുറച്ചു ചൂടുവെള്ളം താരൂ." ദാദുവിന്റെ നെഞ്ചിൽ ഒരു കുറുകൽ

ശഠിച്ചു. "നീ പറഞ്ഞതാ ശരി. തടയണം." കയറ്റുകട്ടിലിൽ നിന്നു ചാടിയെഴുന്നേല്ക്കാൻ ദാദു ശ്രമിച്ചു.

ദാദു പല്ലും പൂടയും കൊഴിഞ്ഞ ചാവാലിപ്പട്ടിയായിരിക്കുന്നുവെന്ന് ആ നിമിഷത്തിൽ എനിക്കു തോന്നി.

"കത്തെഴുതണം." ചുങ്കുദാദു ചൂടുവെള്ളമിറക്കി. സംസാരിക്കുമ്പോൾ ദാദുവിന്റെ ചുണ്ടിനിടയ്ക്ക് ചിലന്തികെട്ടിയ മാറാല പോലെ തുപ്പലൂറുന്നത് ഞാൻ കണ്ടു.

മുന്നിയും ചുങ്കുദാദുവും പറഞ്ഞുതന്നു. ഞാൻ കത്തെഴുതി. ഞാൻ തന്നെ പോസ്റ്റു ചെയ്യാനായി പോയി.

"സൂക്ഷിക്കണം. ഇന്ദിരാജിയെപ്പോലെയല്ല അവർ." ചെകുത്താന്മാരാണ്. മുന്നി മുന്നറിയിപ്പു നൽകി.

"ബാവലിയിൽ പോസ്റ്റ് ചെയ്യുന്നതാണ് സുരക്ഷിതം." ദാദു പറഞ്ഞു. "പഴം വില്പനയ്ക്കാണെന്നു പറഞ്ഞ് പോയാൽ മതി."

വേനൽമധുരം കൂട്ടിയ റമ്പുട്ടാനും ഉണക്കമുന്തിരിങ്ങയും വച്ച് ഞാൻ വെയിലത്ത് താർറോഡിലൂടെ നടന്നു. മുളങ്കാടുകളും കാട്ടാനകളുമുള്ള കാടിനു നടുവിലൂടെ നടക്കുമ്പോൾ എവിടെനിന്നോ കുഞ്ഞുങ്ങൾ നിലവിളിക്കുന്നതായി എനിക്കു തോന്നി. അമ്മയുടെ നെഞ്ചിൽ തേനിറ്റിച്ച് കുഞ്ഞുങ്ങളാരോ ഏങ്ങുന്നു. ഗാന്ധിജിയുടെ പടമുള്ള സ്റ്റാമ്പിൽ ഞാൻ തുപ്പൽ തേച്ച് കവറിലൊട്ടിച്ചു. ഭീതിയോടെ കത്ത് പെട്ടിയിലിട്ടു.

മൂന്നാമത്തെ ദിവസമായിരുന്നു അത്. ഞാൻ നമസ്കരിക്കുകയായിരുന്നു. വാങ്കുവിളിപോലും നിയന്ത്രിക്കപ്പെട്ട ഗ്രാമത്തിൽ പട്ടാളക്കാർ പന്നികളെപ്പോലെ പാഞ്ഞുവരുന്ന ശബ്ദം ഞാൻ കേട്ടു.

പതിവായി എന്റെ ദോശ തിന്നുകയും ഞാവൽപ്പഴങ്ങൾ സൗജന്യമായി വാങ്ങുകയും ചെയ്യാറുള്ള പട്ടാളക്കാരാണ് ആദ്യം കയറിവന്നത്. അവർക്കു പുറകിൽ അയാളുണ്ടായിരുന്നു. അവർ ചുങ്കുദാദുവിനെ തല്ലുകയും നിലത്തേക്കു തള്ളിയിട്ട് ചവിട്ടുകയും ചെയ്തു.

"നഹീ ബാബാ നഹീ."

ഞാൻ പെട്ടെന്നു പ്രാർത്ഥനാസൂക്തങ്ങൾ മറന്നുപോയി.

"എവിടെ ആ നാശം പിടിച്ചവൻ ഓഹ് നമസ്കരിക്കുകയാണോ?" അയാൾ എന്റെ പുറകുഭാഗത്ത് ആഞ്ഞുതൊഴിച്ചു. മറന്നുപോയ നമസ്കാരസൂക്തം ഞാനുറക്കെ ചൊല്ലിപ്പോയി: "അല്ലാ..."

"നിങ്ങൾ ബഹൻജിക്ക് കത്തെഴുതും അല്ലേ?"

പട്ടാളക്കാരിലൊരാൾ എന്റെ കഴുത്തിൽ ബൂട്ട്സിട്ട കാലുകൊണ്ടമർത്തി. എന്റെ ശ്വാസം മറിഞ്ഞുപോയി.

"കുത്തേക്കാ ബച്ചാ." വായുവിൽ ഇരുമ്പുലാടംപോലെയൊരു മുഷ്ടി ചുരുണ്ടുകുതിച്ചുവന്നു. എന്റെ മൂക്കിന്റെ പാലം മുഴുവനായി തകർന്നുപോയതായി എനിക്കു തോന്നി.

"എത്രയാണ് നിന്റെ പ്രായം?"

"പത്തൊമ്പത്." ഞാൻ വേദനയോടെ നിലവിളിച്ചു. എന്റെ മുഖം ചോരകൊണ്ടു നനഞ്ഞതായി എനിക്കു തോന്നി.

"ഓഠാ നല്ല പ്രായം." അയാൾ എന്റെ ഇടുപ്പെല്ലിനു വിലങ്ങനെ ചവിട്ടി ''യാ അല്ലാ.'' ഞാൻ പ്രാണൻ പറിഞ്ഞ വേദനയോടെ അടിവസ്ത്രത്തിൽ മൂത്രമൊഴിച്ചു.

"ഇവനെ ക്യാമ്പിലേക്കു കൊണ്ടുപോ."

"നഹീം ബാബാ. മാപ്പു തരൂ." ഞാനയാളുടെ കാലിൽ പിടിച്ചതും ഇടതുമുട്ടുകൊണ്ട് അയാൾ എന്റെ മുഖത്തു തൊഴിച്ചതും ഒരുമിച്ചായിരുന്നു. ഞാൻ പുറകോട്ട് വീണുപോയി. എന്റെ വായിൽത്തന്നെ ഒരു പല്ലി ഗുളികപോലെ എന്റെ ഒരു പല്ല് ഇളകിവീണു. എന്റെ കുഞ്ഞുങ്ങൾ, പിറക്കാതെ പോവുന്ന എന്റെ കുഞ്ഞുങ്ങൾ... ഞാൻ നെഞ്ചുകുഴിഞ്ഞ വേദനയോടെ മുന്നിയെ ഓർത്തു.

ഗോതമ്പു പൂത്ത പാടങ്ങളിലും പാൽക്കതിരു പൊട്ടിയ നെൽച്ചെടികൾക്കിടയിലും വച്ച് ഞങ്ങൾ ചുണ്ടുകളിൽ അമർത്തിച്ചുംബിച്ചത്.

റമ്പൂട്ടാനും മോണിങ് ഗ്ലോറിയും നിറഞ്ഞ ഇടവരമ്പുകളിൽ ഞങ്ങൾ നെഞ്ചോടു നെഞ്ചുചേർത്തു പുണർന്നത്.

അവരെന്നെ മട്ടുപ്പാവിലൂടെ വലിച്ചിഴച്ചു. ചുങ്കുദാദു കട്ടിലിനു കീഴെ കുഴഞ്ഞ ഗോതമ്പുമാവുപോലെ ചുരുണ്ടുകിടന്നു. അവരെന്നെ വലിച്ചിഴച്ച് സിമന്റു തേച്ച ഗോവണിപ്പടികളിലുരസി. എന്റെ ശരീരത്തിലെ മാംസം ഉരഞ്ഞടർന്നുപോകുന്നത് ഞാനറിഞ്ഞു.

മറ്റെന്തും ഞാൻ സഹിക്കുമായിരുന്നു, ഈച്ചയാർക്കുന്ന മാംസത്തുണ്ടുപോലെ ആംബുലൻസിന്റെ തറയിൽ മുന്നിയെ കണ്ടില്ലായിരുന്നുവെങ്കിൽ. എന്റെ തലയിലേക്ക് ആകാശം വെള്ളിടികളോടൊപ്പം പിളർന്നുവീണു.

എന്റെ കണ്ണീരിനും മുന്നിക്കുമിടയ്ക്ക് നഗ്നമായൊരു പട്ടാള ശരീരം മാത്രമേ ഉണ്ടായിരുന്നുള്ളൂ. ഓരോ പട്ടാളക്കാരനും എഴുന്നേറ്റു മാറുമ്പോൾ മുന്നി ഉറക്കെ പറഞ്ഞു:

"ഇന്ദിരാഗാന്ധി മൂർദാബാദ്!"

അതു കേട്ട് ഒരാൾ അവളുടെ കരണത്തടിച്ചു. മറ്റൊരാൾ അവളുടെ മുഖത്തു തുപ്പി. ഞാനും മുന്നിയും നെൽവിത്തുകൾ ശേഖരിച്ച പാടങ്ങൾക്കിടയിലൂടെ നിലവിളി ശബ്ദത്തോടെ ആംബുലൻസിൽ സഞ്ചരിച്ചു.

മുന്നി നിലവിളിച്ചില്ല. "ഇന്ദിരാഗാന്ധി മൂർദാബാദ്." അവളുടെ ശബ്ദം വീണ്ടുമുയർന്നു. ഞാനെന്റെ ചതഞ്ഞ കൈപ്പത്തികൊണ്ട് അവളുടെ വായ പതുക്കെ പൊത്തി. അവളുടെ ചുണ്ടുകൾ വിറയ്ക്കുന്നുണ്ടായിരുന്നു. നെഞ്ച് ഒരു കിതയ്ക്കുന്ന പ്രാവുപോലെ പിടയ്ക്കുന്നുണ്ടായിരുന്നു.

"ഇന്ദിരാഗാന്ധി മൂർദാബാദ്." മുന്നി അവസാനമായി ഒന്നുകൂടി വിളിച്ചു. എന്റെ നീറുന്ന വിരലിൽ വന്നുതട്ടിയ അവളുടെ ഉച്ഛ്വാസവായു നിന്നു. അവൾ മരിച്ചുപോയെന്ന് എനിക്കു തോന്നി. ഞാൻ കണ്ണുകൾ

ഇറുക്കിയടച്ചു. കറുത്ത ഗുഹപോലെയുള്ള ഒരു വലിയ നിലവിളിയിലേക്കു ഞാൻ ചുറ്റിത്തിരിഞ്ഞു.

ബോധം വരുമ്പോൾ ഞാൻ ക്യാമ്പിലെ മണൽത്തറയിലായിരുന്നു. എന്റെ അടിവയറ്റിലെ തുന്നലടയാളങ്ങൾ കണ്ട് എനിക്കു ചിരിവന്നു. എനിക്കായി അവർ മാറ്റിവച്ച അരിയും ചുവന്ന ബക്കറ്റും ട്രാൻസിസ്റ്ററും എന്നെ നോക്കിച്ചിരിച്ചു.

ആർക്കാണ് ഈ ഇന്ത്യയിൽ ഗുലാം നബിയുടെ കുഞ്ഞുങ്ങളെ ആവശ്യം?

ലോഡ്ജിൽ ദാദുവിനു കാവൽ ഉറുമ്പുകളായിരുന്നു. തടിച്ച ചോണനുറുമ്പുകൾ. ദാദുവിന്റെ നരച്ച മീശയിൽ കട്ടച്ചോര കൊഴുത്തുകിടന്നു. പീളകെട്ടിയ കൃഷ്ണമണികൾ തള്ളി പുറത്തേക്കു നിന്നു. ദാദുവും ചത്തു പോയിരുന്നു.

പിന്നെയാണ് ഞാനീ തെരുവിലെത്തിയത്. എന്റെ ചുവന്ന ബക്കറ്റിലേക്ക് ഗർഭനിരോധന ഉറകൾ ഞാൻ ആത്മനിന്ദയോടെ പെറുക്കിയിട്ടു.

അടിയന്തരാവസ്ഥ അവസാനിച്ചുവെന്നും സ്വാമിക്കു പത്മശ്രീ കിട്ടിയെന്നും ഞാനറിഞ്ഞിരുന്നു. വിവിധ് ഭാരതിയിൽ പാട്ടുകൾ കേട്ടും വേശ്യകൾക്ക് അടിമപ്പണി ചെയ്തും ഞാൻ ജീവിച്ചു.

എന്റെ ജീവിതം, ചുവന്ന ബക്കറ്റ്, മാലിന്യവും പിറക്കാതെ പോയ കുഞ്ഞുങ്ങളും. എനിക്ക് ആദ്യമായി എന്നോടുതന്നെ അറപ്പു തോന്നി.

പിന്നീട് ഞാൻ മുറ്റത്തേക്കിറങ്ങി നടന്നു. ആകാശവും ഭൂമിയും കണ്ടു. മരങ്ങളും മണ്ണും കണ്ടു. തെരുവിലെ പൊതുടാപ്പ് തുറന്നു കൈ കഴുകുന്നവരെ കണ്ടു. ആഹ്ലാദനൃത്തം ചവിട്ടുന്നവരെ കണ്ടു. ആരോ ഉമ്മറത്തിരുന്ന ട്രാൻസിസ്റ്റർ ചവിട്ടിത്തെറിപ്പിച്ചതു കണ്ടു. അതിനുശേഷം പുതുതായി കൊണ്ടുവന്ന ആദിവാസിപ്പെണ്ണിനെ ഉപയോഗിക്കാനായി എന്റെ സമ്പാദ്യം എണ്ണിനോക്കുകയും വേശ്യാലയത്തിലേക്കു തിരിച്ചുകയറിപ്പോവുകയും ചെയ്തു.

ഡോബിച്ചി

താലൂക്ക് ഓഫീസിന്റെ നീല മുദ്രയടിച്ച ഒരു തപാൽ തന്നെ തേടി വന്നപ്പോൾ, വലിയ വഴക്കിനുശേഷം, ബിയാങ്ക ഉമ്മറത്തിരുന്നു മഴ കാണുകയായിരുന്നു. മുറ്റത്തെ ഗുൽമോഹർ പെയ്യിക്കുന്ന ചെമ്പൻ മഴയെ. അതിന് അല്പം മുമ്പ് കിഷോറിന്റെ അപ്പൻ നിലവിളിച്ചാണ് മഴയിലൂടെ ഇറങ്ങിപ്പോയത്. ബിയാങ്കയുടെ ചോരച്ച തിണർത്ത ചുണ്ടുകളിൽ അയാളൊന്നു തൊട്ടു. അവളുടെ മുറിവുകൾ അയാളുടെ ചുളിഞ്ഞ വിരലുകളെ വേദനിപ്പിച്ചു. സോഡാ കണ്ണടയ്ക്കു പുറകിൽ, അയാളുടെ കണ്ണിൽ കണ്ണീർ പീളച്ചു.

“വയറ്റുകണ്ണിയെ തല്ലണതും കണ്ട് ഇനി വയ്യ.”

അലക്കുമണം തങ്ങിയ ജുബ്ബയിട്ട്, ചോരുന്ന കുട നിവർത്തി നീർത്ത വയസ്സൻകാലുകൾ തണുപ്പിലേക്ക് നീട്ടി അയാളിറങ്ങി നടന്നു. ഒരു പഴയ വൈപ്പർ പോലെ, കാറ്റത്ത് ആഞ്ഞ് ചെരിഞ്ഞ് അയാൾ നടന്നുപോയി. തണുത്ത, കറുത്ത ഒരു വലിയ മഴ അവളെ വിഴുങ്ങി.

“ങ്ങക്ക് രയ്സ്റ്റ്റ്റേടൊണ്ട്.”

പോസ്റ്റ്മാന്റെ സൈക്കിൾചക്രത്തിലൂടെ ജലം പൂക്കുറ്റിപോലെ ചീറി. അയാളുടെ പച്ച മഴക്കോട്ട് മെഴുക്കിട്ടതുപോലെ തിളങ്ങി.

“കിശോർ!” ബിയാങ്ക ഉറക്കെ വിളിച്ചു.

“കിഷോറൊപ്പിടും.”

“കിഷോറിനല്ല സി എസ് ബിയാങ്കയ്ക്കാണ്.” പോസ്റ്റ്മാൻ അവളുടെ കല്ലിച്ച മുഖത്തേക്കു തുറിച്ചുനോക്കി, പേപ്പർ നീട്ടി.

ബിയാങ്ക അയാൾ നീട്ടിയ കടലാസിൽ ഒപ്പിട്ടു. പേനയിൽ നിന്നിറ്റിയ വെള്ളത്തിൽ അവളുടെ ഒപ്പ് പരന്ന ഭൂപടങ്ങൾ തീർത്തു.

കവർ പൊളിച്ചത് കിഷോറാണ്. അയാളുടെ മുഖം ചുവന്നു. ബിയാ

ങ്കയ്ക്ക് അടിവയർ കൊളുത്തി വലിച്ചു. മൂന്നു ദിവസമായി അവളുടെ ഉൾവയർ ശാന്തമായ കടൽപോലെയായിരുന്നു. പതിവ് ചവിട്ടുകളോ ഇളക്കങ്ങളോ തോന്നാഞ്ഞപ്പോൾ മുതൽ സ്കാനിങ്ങിനു പോകണമെന്ന് അവൾ പറഞ്ഞതാണ്.

"നന്നായി നിനക്ക് വേദനിക്കണം. അത് കിട്ടണം."

അയാൾ ചിരിച്ചു. താൻ ഗർഭിണിയായപ്പോഴെങ്കിലും അയാൾ കുറച്ചുകൂടി അലിവോടെ പെരുമാറുമെന്നവൾ കരുതി. അയാൾ പക പൂണ്ട് മൃഗത്തെപ്പോലെ അവളെ ഉപദ്രവിച്ചു.

"ആരാണ് ബാർബരാ?"

പുറത്ത് ഇടിമുഴങ്ങിയതുപോലെ അവൾ ഞെട്ടി.

പപ്പയോട് വഴക്കിട്ട്, വീർത്ത വയറും താങ്ങി കടലിലേക്കു ചാടിയ മമ്മയുടെ മുഖം അവളോർക്കാൻ ശ്രമിച്ചു. അതൊരു രാത്രിയായിരുന്നു. തണുത്ത ഈറൻ കാറ്റ് വന്ന് ബോർമയിലെ സ്വർണ്ണത്തീയിൽ ചുറ്റിപ്പിണഞ്ഞ് സീൽക്കാരമിട്ടു. റൊട്ടി വേവുന്നതിന്റെ കൊതിപ്പിക്കുന്ന ഗന്ധം സ്റ്റാനീസ് വില്ലയുടെ അടുക്കളയിൽ നിറഞ്ഞുനിന്നു. സ്റ്റാനീസിന്റെ റൊട്ടികൾക്കും ബിസ്കറ്റുകൾക്കും എന്നും ആവശ്യക്കാരുണ്ടായിരുന്നു. നറുതേൻ രുചിയും വെണ്ണപതുപ്പുമുള്ള ബണ്ണും കശുവണ്ടിനീരിൽ നീറ്റിയെടുത്ത ആഫ്രിക്കൻ തേങ്ങാ ബിസ്കറ്റും ഫോർട്ട്കൊച്ചിയിലെ വിരുന്നുകളിലെ വിശിഷ്ടവിഭവമായിരുന്നു.

റാന്തൽ വിളക്കിന്റെയും ബോർ മത്തിയുടെയും തെളിവെട്ടത്തിലിരുന്ന്, ചുവപ്പും പച്ചയും ടൂട്ടി ഫ്രൂട്ടികൾ ചേർത്ത് മമ്മ റൊട്ടി മാവ് കുഴച്ചു. പപ്പ നീളമുള്ള കോൽ ചട്ടുകങ്ങൾകൊണ്ട് ബണ്ണുകൾ മറിച്ചു വേവിച്ചു. മമ്മ അടുക്കളയുടെ വാതിലിലൂടെ നടുക്കടലിൽ നങ്കൂരമിട്ടു കിടക്കുന്ന പായക്കപ്പലിലേക്ക് ഇടയ്ക്കിടെ പാളിനോക്കി. കപ്പൽ കാണുമ്പോഴൊക്കെ മമ്മ നെടുവീർപ്പിടുകയോ വിതുമ്പുകയോ ചെയ്തു.

ഇടയ്ക്കെല്ലാം മമ്മ കരഞ്ഞു. ശ്വാസം തിങ്ങി മമ്മയുടെ കണ്ണുകൾ തുറിച്ചു. ബിയാങ്ക മമ്മയ്ക്ക് നെഞ്ചു തടവിക്കൊടുത്തു. പപ്പ പരിഹാസത്തോടെ ചിരിച്ചു. പപ്പയുടെ കറപിടിച്ച പല്ലുകളിൽ പറ്റിയ ക്രൗര്യം ബോർ മത്തിയിൽ തിളങ്ങുന്നതു കണ്ട് ബിയാങ്കയ്ക്കുപോലും ഓക്കാനം വന്നു.

അന്നു രാത്രിയും വലിയ വഴക്കുണ്ടായി. തനിക്കു ചുറ്റും ആളുകൾ ഓടുന്നതായി ബിയാങ്കയ്ക്ക് തോന്നി. അവൾ ഭീതിയോടെ കണ്ണുകൾക്കു മീതെ പുതപ്പുകൾ വലിച്ചിട്ടു. റൊട്ടി കരിയുന്നതിന്റെ മണം മുറിയിൽ നിറഞ്ഞുനിന്നു. പെട്ടെന്ന് ആരോ അവളുടെ പുതപ്പ് വലിച്ചു. മമ്മ അവളുടെ നെറ്റിയിൽ ഉമ്മവയ്ക്കുകയും ചെയ്തു. അവൾ കണ്ണുകൾ അറിയാതെ തുറന്നു. മമ്മയുടെ മുഖം അടികൊണ്ട് തിണർത്തിരുന്നു. നെറ്റിയിലെ മുറിവിൽനിന്നും ഒരു തുള്ളി ചോര അവളുടെ കവിളിലിറ്റി. ബിയാങ്ക പേടിച്ചു മൂത്രമൊഴിച്ചു.

"മമ്മ പോവേണ്."

ബിയാങ്ക എഴുന്നേൽക്കുംമുമ്പേ മമ്മ നടന്നു.

കപ്പൽ നങ്കൂരമിട്ട വടക്കേ ഭാഗത്തേക്ക് മമ്മ നടന്നുപോയി. വടക്കേയറ്റത്തെ വഴുക്കുള്ള കൊമ്പൻ പാറമേൽ മമ്മ കയറുന്നത് ഭയത്തോടെ അവൾ നോക്കിനിന്നു.

"മമ്മാ!" മരജനലിലൂടെ അവൾ കൈകൾ പുറത്തിട്ടു. ബാർബര ഒരു നിമിഷം ബിയാങ്കയെ നോക്കി. പിന്നീട് ഒരു ഡോൾഫിനെപ്പോലെ കടലിലേക്കു കുതിച്ചു.

ബിയാങ്ക ഓടിയെത്തിയപ്പോഴേക്കും മമ്മ നടുക്കടലിലെത്തിയിരുന്നു. നിലാവുണ്ടായിരുന്നതിനാൽ മമ്മ മത്സ്യത്തെപ്പോലെ തുഴയുന്നത് ബിയാങ്ക കണ്ടു. പ്രേതത്തിന്റെ വലിയ കോട്ടപോലെ ഇളകിത്തുള്ളി നിന്ന ഉരുക്കുകപ്പലിലേക്ക് മമ്മ നീന്തിയടുത്തു. പച്ചപ്പായൽ പിടിച്ചിരുന്ന ആ കപ്പലിന്റെ പായ്മരങ്ങൾക്ക് ആകാശത്തോളം വീതിയുള്ളതായി ബിയാങ്കയ്ക്ക് തോന്നി. അതിന്റെ പുകക്കുഴലുകൾ വിഷവ്യാളിയെപ്പോലെ തീയും പുകയും കടലിനു മീതേ തുപ്പി.

"ബാർബര!" അതു പറയുമ്പോൾ ബിയാങ്കയുടെ ചുണ്ടുകൾ വിറച്ചു. "മമ്മ എന്റെ മമ്മ."

"ഓഹ് വെറുതെയല്ല. അരയേക്കർ പറമ്പ് തുരുത്തിൽ നിന്റെ പേരിലാക്കിയിട്ടുണ്ട്."

ഡോബിത്തെരുവിലെ അരയേക്കർ പറമ്പ്. ബിയാങ്കയുടെ കണ്ണുകൾ വിടർന്നു. നീളച്ചെന്തെങ്ങുകളും ചക്കരപ്പൂഴിയുമുള്ള ഞണ്ടുകളുടെ ഓട്ടക്കൂടുകളുമുള്ള മുറ്റം. മരപ്പെട്ടി പോലൊരു വീടും ഇരുമ്പ് ബോർമയും. വീടിനു ചുറ്റുമുള്ള പറമ്പുകളിൽ ഉണക്കാനിട്ട വസ്ത്രങ്ങളിൽ നിന്നുതിരുന്ന കഞ്ഞിപ്പശയുടെയും നീലത്തിന്റെയും ഉന്മേഷകാരിയായ ഗന്ധം. ദൂരെ ഡോബികൾ ഉണക്കാൻ വിരിച്ചിട്ട സാരിപോലെ കാറ്റത്തു തുള്ളുന്ന കടൽ. ഒറ്റയ്ക്കും കൂട്ടമായും നങ്കൂരമിടാനെത്തുന്ന കപ്പലുകൾ.

"ആ സ്ഥലം കാണാൻ പോവണം. സ്കാനിങ്ങും നടത്താം." ഔദാര്യ മെന്നോണം കിഷോർ പറഞ്ഞു.

വൈകുന്നേരം ഡോബിത്തെരുവിലെത്തുമ്പോൾ മഴ പെയ്തിരുന്നില്ല. ഡോബിത്തെരുവിൽ പഴയതായി ഒന്നുമുണ്ടായിരുന്നില്ല. ബിയാങ്കയ്ക്കു പോലും വഴിതെറ്റി. നിരയായി കിടന്ന കൂറ്റൻ കെട്ടിടങ്ങൾക്കിടയിലൂടെ അവൾ സ്റ്റാനീസ് വില്ലയിലേക്കു നടന്നു. വില്ല പൊളിഞ്ഞു വീണിരുന്നു. അറ്റുതൂങ്ങിയ അയകൾ ഉരഗക്കുഞ്ഞുങ്ങളെപ്പോലെ തൂങ്ങിയാടി. പൂതലിച്ച മരത്താങ്ങുകളിൽ പുഴുക്കൾ മുട്ടയിട്ടിരുന്നു. സ്റ്റാനീസ് വില്ലയിലെ ബോർമ മാത്രം കരിപിടിച്ച പുകമുറിയുമായി അവിടെ നിന്നു. ബോർമയ്ക്കുള്ളിൽ കരി പിടിച്ചു കിടന്ന ഒരു പാവക്കുട്ടിയെ ബിയാങ്ക കണ്ടു.

"ഇത് അവസാനം കൈവശംവച്ചത് ഒരു സ്റ്റാനീസായിരുന്നു." കിഷോർ പറഞ്ഞു.

ഉൾക്കടലിൽനിന്നൊരു കപ്പൽ സൈറൺ മുഴക്കി. ചെറുതീയിൽ

നനുങ്ങനെ വെന്ത ചീനറൊട്ടിയുടെ മണം കാറ്റിൽ തങ്ങിനിന്നു. ആറടിയിലേറെ ഉയരമുള്ള കഴുത്തിനു പാതിവരെ മുടി നീട്ടി വളർത്തിയ റൊട്ടിക്കാരൻ സ്റ്റാനീസിനെ, പപ്പയെ അവൾക്കോർമ്മവന്നു.

"പുള്ളിയൊരു റൊട്ടിക്കച്ചവടക്കാരനായിരുന്നു. പുണ്ണുപിടിച്ചപ്പം അതും നിന്നു."

കായലും കടലും ചേരുന്നിടത്തെ ചീഞ്ഞ ചേറിന്റെ ചൂര് പെട്ടെന്നു ണർന്നു. അഴിമുഖത്ത് പൊടിച്ചുനിന്ന കണ്ടലുകൾ കടലിനു ഭീമൻ ഭിത്തികെട്ടി. കാറ്റടിക്കുമ്പോൾ ഞെളിപിരികൊണ്ട്, കടലിലേക്കു മുടിയഴിച്ചാടിയിരുന്ന ചെന്തെങ്ങുകൾ മൊട്ടയായി തീർന്നിരുന്നു.

"ങേ?"

"അല്ല, ഇട്ത്തെ സ്റ്റാനീസോ വെളഞ്ഞ പുള്ള്യാ. സ്വന്തം മോളെവരെ കപ്പലി വിറ്റ്."

ഡോബിത്തെരുവിൽ പറങ്കിപ്പുണ്ണ് പടർന്നകാലം അവളോർത്തു. പറങ്കിപ്പുണ്ണ് പിടിച്ച്, ഉടൽ പോളകൾ കുമിളിച്ച് വിശന്നു കരഞ്ഞവരുടെ കൂട്ടത്തിൽ അവളുടെ പപ്പയുമുണ്ടായിരുന്നു. അന്ന്, ബിയാങ്കയ്ക്ക് പാവകളെ സ്വപ്നം കാണേണ്ട പ്രായമായിരുന്നു. കടലിൽ കപ്പലുകൾ നങ്കൂരമിടുന്നതു കാണുമ്പോൾ ചാടിത്തുള്ളി കൈകൊട്ടേണ്ട പ്രായമായിരുന്നു. എന്നിട്ടും ബിയാങ്ക ഡോബിത്തെരുവിലെ വലിയ ഡോബികളോടൊപ്പം തുണികൾ അലക്കി. പതിമ്മൂന്ന് വയസ്സിന്റെ ഭാരം അവളുടെ കൈകളിൽ തൂങ്ങിനിന്നു. അതിന്റെ ഇളപ്പം അവളുടെ ഇളം കൈത്തോലുകൾ ഇളക്കിയെടുത്തു. കാരത്തിലും സോപ്പിലും കുതിർന്ന് അവളുടെ കൈവെള്ള, വെള്ളപ്പന്നിയുടെ കട്ടിത്തോലുപോലെ ചീർത്തുവന്നു. നീലം മുക്കുമ്പോൾ കൈകൾ മരണപ്പെട്ടവരുടേതുപോലെ കരിനീലിച്ചു കരുവാളിച്ചു. കരിമ്പൻ സൂചിക്കുത്തുകൾ ഈർപ്പം മണക്കുന്ന അവളുടെ പെറ്റിക്കോട്ടിൽ കരിമണൽ പൊറ്റകൾ തീർത്തു.

എല്ലാ മഴക്കാല പുലർച്ചകളിലും ചരക്കുകപ്പലുകൾ അവരുടെ തുരുത്തിനു ചുറ്റും നങ്കൂരമിട്ടു. ചുറ്റും പതഞ്ഞുണർന്നു കിടക്കുന്ന ജലാശയത്തിലേക്ക്, അവയുടെ കൂറ്റൻ ചങ്ങലക്കൊളുത്തുകൾ വന്നുതാണു. ചില പുലർമഴകളിൽ, ഇരുട്ടിന്റെ ഉറക്കച്ചടവ് മാറാത്ത നീർക്കെട്ടിൽ, വെള്ളത്തിന്റെ ആയിരം മുലക്കുപ്പികൾ പൊന്തുന്നതു കാണുമ്പോൾ, അപ്പോൾ മാത്രം ബിയാങ്ക മമ്മയെ ഓർക്കും. ഡെന്മാർക്കിലെ കപ്പിത്താന്മാരുടെ വിശിഷ്ട തൈലങ്ങളുടെയും ഉറക്കറകളുടെയും വന്യഗന്ധമുള്ള തന്റെ മമ്മയെ സ്വല്പം കറുത്ത സ്വർണ്ണമുടിയിഴകളും നീളച്ചാരക്കണ്ണുകളും വെളുത്ത നെയ്യലുവത്തുണ്ടുപോലുള്ള വയറും ഓർമ്മവരും. മമ്മയുടെ തുകൽ സഞ്ചിയിൽ മമ്മ അവൾക്കായി സൂക്ഷിച്ച് ഉണങ്ങിയ ആപ്രിക്കോട്ട് പഴങ്ങളുടെ രുചി അവളുടെ നാവിൽ ചവർക്കും.

ഡെന്മാർക്കിന്റെ കൊടിയുള്ള എല്ലാ കപ്പലുകളെയും കൺവിടർത്തി അവൾ പരിശോധിക്കും. പച്ചപ്പായൽ നിറമടിഞ്ഞ ആ പഴഞ്ചൻ ആവിക്കപ്പലാണോ അതെന്ന്.

"ബിയാങ്ക നോക്കെണെ ആരേണ്?"

ചുമച്ച് ശബ്ദമിറങ്ങിപ്പോയ പുണ്ണുകാരൻ സ്റ്റാനീസിന്റെ തിമിരക്കണ്ണുകൾ തിളങ്ങി.

"മമ്മ."

ബിയാങ്കയുടെ മുഖത്ത് ദേഷ്യം പടർന്നു. ദാർഢ്യത്താൽ മുഖപേശികൾ വലിഞ്ഞു.

"എനിക്ക് സൂക്കേട് വന്നതോണ്ടാ അവള് പോയത്. മോക്കറീല്ല അവള് ഡോബിച്ചിയല്ലല്ലോ."

ബിയാങ്കയ്ക്ക് അഭിമാനം തോന്നി. അവളുടെ മമ്മ വെള്ള ചീസ് കട്ടിപോലെ പതുത്ത പ്ലം ചുണ്ടുകളുള്ള ബാർബര. കപ്പലിന്റെ സായ്പിന്റെ മകൾ. അവളുടെ കണ്ണുകളിൽ അഭിമാനം നിറഞ്ഞു. ബാർബരയുടെ പുന്നാരമോൾ ഡോബിച്ചി ബിയാങ്ക.

"നെനക്ക് മമ്മേനെ കാണണോ?"

സ്റ്റാനീസ് മുട്ടുകുത്തിയിരുന്ന് അവളുടെ കുഞ്ഞിക്കണ്ണുകളിലേക്കു നോക്കി. അവളുടെ കൈമുറിവുകളിൽ പപ്പ മൃദുവായി ഊതി.

"നെന്നെ ഞാൻ കൊണ്ടോവാം. നടുക്കടലിൽ നങ്കൂരമിട്ട കപ്പലിലേക്കു നോക്കി അയാളുടെ കുറുക്കൻ കണ്ണുകൾ തിളങ്ങി.

പെട്ടെന്നു മഴയിരമ്പം കൂടി. വലിയ ആനത്തുള്ളികൾ നിലത്തു വീണു ചിതറി. ബിയാങ്ക ബോർമയ്ക്കരികിലേക്കു ചേർന്നുനിന്നു. താനൊരു ഡോബിയുടെ മകളാണെന്നറിഞ്ഞാൽ കിഷോർ തന്നെ ഇനിയും വെറുക്കുമോ? "എന്തൊക്കെ പറഞ്ഞാലും ബിയാങ്ക, കിടക്കയിൽ നിന്നോളം നല്ലൊരു പെണ്ണില്ല. വിദേശരക്തം- അതാണു കാര്യം." അവളുടെ വയറിൽ അമർത്തി പിടിച്ച് കിഷോർ പറയാറുള്ളത് അവളോർത്തു.

പപ്പ, തന്നെ കടലിൽ കൊണ്ടുപോയ ദിവസം ബിയാങ്കയ്ക്ക് ഓർമ്മവന്നു. മമ്മ കയറിപ്പോയ പഴയ ഇരുമ്പുകപ്പലായിരുന്നില്ല അത്. പുത്തൻ കപ്പൽ. വെള്ള നിറമടിച്ച പടുകൂറ്റൻ കപ്പൽ. ചെറിയ ഉരുക്ക് ഗോവണിയിലേക്ക് ബിയാങ്കയെ പപ്പ പിടിച്ചുകയറ്റി. മിനുസമുള്ള അതിന്റെ കൈവരികളിൽ കടലിന്റെ തണുപ്പ് ഉറഞ്ഞുകിടന്നു. പായ്മരങ്ങളിൽ മഴക്കാറ്റ് ചുറ്റിത്തിരിഞ്ഞു. കപ്പൽത്തട്ടിൽ നിന്നപ്പോൾ അവളുടെ വീട് ഓറഞ്ച് സോപ്പുപെട്ടി പോലെ ചെറുതാണെന്നവൾക്ക് തോന്നി. റാന്തലിന്റെ പ്രകാശത്തിൽ വീടിനു മുകളിൽ ചെറിയ മഴസൂചികൾ വന്നു തറയ്ക്കുന്നതും ഉമ്മറത്ത് മഴപ്പാറ്റകൾ തുള്ളുന്നതും അവൾ കണ്ടു.

"വാ." പപ്പ അവളുടെ കൈപിടിച്ചു.

"ഉടുപ്പ് നനഞ്ഞാലോ." പപ്പ അവളുടെ ഉടുപ്പ് പിഴിഞ്ഞു വെള്ളം കളഞ്ഞു. പപ്പയ്ക്ക് തന്നോട് വലിയ സ്നേഹമുണ്ടെന്നവൾക്കു തോന്നി. ഏറെക്കാലത്തിനുശേഷം ഇന്നു പപ്പയവളെ ഉച്ചയുറക്കി, ഉണർത്തി. മാതള മണമുള്ള സോപ്പ് തേപ്പിച്ച് അവളെ കുളിപ്പിച്ചു.

"നീ തീരെ ചെറിയ കുട്ടി തന്നെ." അയാൾ തീർത്തും നിരാശനായിരുന്നു.

"ബിയാങ്കാ!" അവൾ പപ്പയെ നോക്കി.

"ദാ അതാണ് ബാർബരയുടെ മുറി. കപ്പിത്താന്റെയും." അയാളുടെ ശബ്ദമിടറി.

"പുറത്തു പപ്പ കാത്തുനിൽക്കാം."

കൈയിലിരുന്ന നോട്ടുരുളകൾ അയാൾ പോക്കറ്റിൽ തിരുകി, അവളുടെ നെറ്റിയിൽ ചേർത്തുപിടിച്ച് ഒരുമ്മ കൊടുത്തു.

കപ്പൽത്തട്ടിലെ മനോഹരമായ പരവതാനിയിൽ ചവിട്ടിയപ്പോൾ ബിയാങ്കയുടെ ഉടൽ കുളിർന്നു. ഇടനാഴിയിൽ തൂക്കിയ വിരിപ്പുകളിൽ മമ്മയുടെ മണം ഒളിച്ചുനിന്നു.

വെള്ളപ്പിടിയുള്ള കൂറ്റൻ വാതിൽ അവൾക്ക് മുമ്പിൽ തുറക്കപ്പെട്ടു. മമ്മ വന്ന് തന്നെയെടുക്കാഞ്ഞതിനാൽ അവൾക്ക് കരച്ചിൽ വന്നു.

കടൽക്കൊട്ടാരത്തിന്റെ ഉൾവശംപോലെ ഇളംചൂടായിരുന്നു മുറിക്ക്. കട്ടിലിൽ ഇരുന്ന കടൽ രാജാവ് അയാളുടെ ചുണ്ടുകൾ കൈവിരലുകളാൽ ഞെരടി. അയാളുടെ കണ്ണുകളിൽ കൊതി നിറഞ്ഞു.

"വാ കട്ടിലിലിരിക്ക്. ഒരു കാര്യം തരാം."

അയാൾ മാന്ത്രികനെപ്പോലെ വായുവിൽ കൈചുഴറ്റി ആപ്രിക്കോട്ട് പഴങ്ങളെടുത്തു. മമ്മയുടെ പഴങ്ങൾ, ബിയാങ്ക ചിരിച്ചു. "മമ്മാ?"

"മമ്മ!" അയാളുടെ നെറ്റിയിൽ വരകൾ വീണു. അയാൾ ആശ്ചര്യപ്പെട്ടു.

"ആരു പറഞ്ഞു?"

"പപ്പ!" അയാൾ പൊട്ടിച്ചിരിച്ചുകൊണ്ട് അവളെ തൂക്കിയെടുത്ത് കട്ടിലിലിരുത്തി.

അവളുടെ കുഞ്ഞു കൈത്തണ്ടയിൽ സ്പർശിച്ചപ്പോൾത്തന്നെ അയാളുടെ ഉള്ളിലൊരു ചെറുവിറ പടർന്നു. അവയവങ്ങൾ ദൃഢപ്പെടുന്നതും ഉള്ളിൽ കടൽത്തിര ചെറുങ്ങനെയലറുന്നതും അയാളറിഞ്ഞു.

80 കഴിഞ്ഞിട്ടും ഒരു പെൺകുട്ടിയെ സ്പർശിച്ച മാത്രയിൽ ഉടലുണരുന്നതിൽ അയാൾ ആഹ്ലാദിച്ചു. എത്ര കരുത്തനായ പുരുഷനാണ് താൻ. അയാൾ വിറയ്ക്കുന്ന വിരലുകളോടെ ബിയാങ്കയുടെ കവിളിൽ തൊട്ടു.

"ഹാ!" അയാൾ കൈകളുരസി ആർപ്പിട്ടു.

"ഗംഭീരം, അതിഗംഭീരം."

അയാളവളുടെ ചെമ്പ് തലനാരിൽ മൃദുവായി തലോടി. അയാളുടെ വിരലുകളിൽ അദൃശ്യസംഗീതം മുഴങ്ങിനിന്നു. ഞരമ്പുകൾ ലോഹയുറകളാകുന്നു. കുഴലുകളിൽ രക്തം യൗവനം വിതറുന്നു. അയാളവളുടെ മുഖത്ത് അമർത്തി ചുംബിച്ചു. അയാൾക്ക് പെട്ടെന്ന് പഴയൊരു ഗന്ധം ഓർമ്മവന്നു. ഡോബിച്ചി ക്രഷൻസ്യയുടെ കഞ്ഞിയും നീലപ്പശയും കാരവും കലർന്ന അടിവയർഗന്ധം. ഒരു 28 വയസ്സുകാരനെപ്പോലെ അയാൾ രഹസ്യരോമങ്ങൾ നുള്ളിയെടുത്തു.

"എന്റെ മമ്മ."

"മമ്മ, മമ്മ, കാണിച്ചു തരാം മാജിക്ക് ഷൂമ്.."

അയാൾ ബിയാങ്കയുടെ കൈത്തണ്ടകൾ ഞെരടി.

"എന്റെ മമ്മ..." ബിയാങ്ക പെട്ടെന്നു വിതുമ്പി.

"മോള് മമ്മേടെ പേര് പറ."

ചുണ്ടുകൾകൊണ്ട് അയാൾ അവളുടെ മണിബന്ധത്തിൽ മൃദുവായി കടിച്ചു. മാംസത്തിന്റെ ഇളംമണം അയാളെ മദിപ്പിച്ചു. അവളുടെ ഇരു കൈപ്പത്തികളും അയാൾ മുഖത്തോടു ചേർത്തു.

"ബാർബര."

അയാൾ ഞെട്ടലോടെ മുഖമുയർത്തി. ബിയാങ്കയുടെ കുഞ്ഞുകൈപ്പത്തികൾ അയാളുടെ കൈക്കുള്ളിലിരുന്നു വിറച്ചു. തലയ്ക്കു പിറകിൽ അടിയേറ്റവനെപ്പോലെ അയാൾക്കു വേദനിച്ചു. അയാൾ വിവശതയോടെ ക്രഷൻസ്യയുടെ മകൾ ബാർബരയെ ഓർത്തു.

"ഓഹ് ജീസസ്."

എല്ലാ വർഷകാലത്തും ക്രഷൻസ്യയോടൊപ്പം തന്നെ കാണാൻ വന്നിരുന്ന ബാർബരയെക്കുറിച്ച് അയാളോർത്തു. ബാർബരയ്ക്കായി നെതർലാൻഡിലെ ആപ്രിക്കോട്ട് പഴങ്ങൾ, സുഡാനിൽനിന്നും ക്രഷൻസ്യയ്ക്കായി വാങ്ങിച്ച അറേബ്യൻ ലേസ് ബ്രേസിയറും വള്ളിപാന്റീസും. വസന്തകാലത്തിനു മുമ്പ് ചിത്രശലഭങ്ങൾ പൂന്തോട്ടങ്ങളിൽ വരുന്നതുപോലെ ബാർബര വരും. പുറകെ ക്രഷൻസ്യയും. അവർക്കായി അയാൾ, ആഴവും തിരയും കുറഞ്ഞ ഭാഗത്തേക്കു കപ്പലോടിക്കും.

ക്രഷൻസ്യ, വെളുത്ത കാൽപ്പാദവും ഉരുണ്ട ശരീരവുമുള്ള ചോക്കലേറ്റ് നിറക്കാരി. തന്റെ ഡോബിച്ചി. ചുവന്ന ബ്ലൗസും വെള്ളമുണ്ടും വർത്തമാനം പറയുന്ന വളകളുമിട്ട എണ്ണയൂറുന്ന മുടിയഴിച്ചിട്ടു ചന്തിയിൽ നനവു വീഴ്ത്തിയ, വാസനസോപ്പുമണക്കാരി, ക്രഷൻസ്യ. അവളൊരു കടൽക്കാറ്റാണ്. ഇരുണ്ട മഴ പെയ്യിക്കുന്ന വന്യമായ ചുഴികളുണർത്തുന്ന അതിഗംഭീരമായൊരു കടൽക്കാറ്റ്. ശരീരത്തെ മുറിപ്പെടുത്തുന്ന സീൽക്കാരമുള്ള ഒരു കടൽക്കാറ്റ്.

രാത്രി ബാർബര ഉറങ്ങിക്കഴിയുമ്പോൾ അവളെയും കൊണ്ടയാൾ കപ്പൽത്തട്ടിലേക്ക് പോകും. പുതുതായി വാങ്ങിച്ച അടിവസ്ത്രങ്ങൾ മണത്ത്, ക്രഷൻസ്യയ്ക്കത് സമ്മാനിക്കും. ചൈനാസിൽക്കിന്റെ വഴുവഴുക്കുന്ന തണുത്ത വിരിയിൽ, മഞ്ഞു നനഞ്ഞു കിടക്കുന്ന അവളുടെ ഈറൻശരീരം ശ്വസിച്ച് കുറച്ചുനേരം. കപ്പൽ ചെറുതിരയിലനങ്ങുമ്പോൾ അവൾ കിലുകിലാ ഇക്കിളികൂടി ചിരിക്കും. ഇരുളിൽ അവളുടെ പൊക്കിൾ ചുഴിയിലെ നനവിൽ വീണ, പാതിരാനക്ഷത്രം രാത്രിലില്ലി പോലെ തുടിക്കും. വേലിയേറുന്ന വെളുത്ത പാൽത്തിരയുടെ പെരുക്കവും ഇരമ്പലും പിറുപിറുപ്പും അവളുടെ മുലച്ചുണ്ടുകളിൽ കേട്ടു പഠിക്കും. അവളുടെ തവിട്ടുരോമങ്ങളിൽ ഡെന്മാർക്കിലെ കാട്ടുപുല്ലിൻ പരാഗച്ചവർപ്പ് രുചിക്കും. പായ്മരങ്ങളിൽ കാറ്റ് ഒരായലായി ഒച്ചയിട്ട് കിടു

ങ്ങുമ്പോൾ അമർത്തി കെട്ടിപ്പിടിച്ച ക്രഷൻസ്യയുടെ ഉടലിൽ നാവു കൊണ്ട് ചില രഹസ്യമന്ത്രങ്ങൾ അയാൾ എഴുതും.

"ഓഹ് എന്റെ ക്രഷൻസ്യാ. എന്റെ ടെകിവീലാ."

വീര്യം കൂടിയ മതിർത്ത ആ പഴകിയ വീഞ്ഞിന്റെ എരിവ് അയാളെ ഭ്രാന്തുപിടിപ്പിക്കും.

"ടെകിവീലയല്ല കൗസല്യ, വണ്ണാത്തി കൗസല്യ."

"നീ കൗഷല്യ അല്ല എന്റെ ക്രഷൻസ്യ" അയാൾ തിരുത്തും. ഒരിക്കൽ ഒരു നവംബർ മാസത്തിൽ കപ്പലിൽ തന്നെ ഒറ്റയ്ക്കു കാണാൻ വന്ന ബാർബര. കരിമ്പനടിച്ചും കറുത്തും പിഞ്ഞിയ വസ്ത്രം ധരിച്ച നിലവിളിച്ച ബാർബര.

"എന്റെ പിതാവേ ഈ പാപിയോട് പൊറുക്കണേ" അയാൾ ബിയാങ്കയുടെ കാൽപ്പാദങ്ങൾ പശ്ചാത്താപത്തോടെ ചുംബിച്ചു. സോഡാപ്പൊടിയുടെ ഗന്ധമൂറിയ കാലടികളിൽ അയാളുടെ കണ്ണീരിറ്റിറ്റു വീണു. പാപത്തിന്റെ ആദിമമായ ഉൾച്ചൂടിൽ അയാളുടെ ഹൃദയം ഉരുകി.

ബിയാങ്ക നനഞ്ഞ കണ്ണുകൾ തുടച്ചു. കിഷോർ അപ്പുറത്തെ പറമ്പിൽ അലക്കുന്ന സ്ത്രീകളെ നോക്കുന്നത് അവൾ കണ്ടു.

വീണ്ടും ചെറുതായൊരു മഴ പെയ്തു. കണ്ടൽക്കാടിനുള്ളിൽ നിന്നു പ്രാവുകൾ നനഞ്ഞു കുറുകി. പടിഞ്ഞാറുഭാഗത്തുനിന്നു പരിചിതമായ ഒരു കപ്പലിന്റെ ചൂളംവിളി ബിയാങ്ക കേട്ടു.

അവൾ കണ്ടു. അതേ പഴയ കപ്പൽ. അസ്തമയസൂര്യന്റെ രക്തവർണ്ണത്തെ മറച്ചുകൊണ്ട് മമ്മയെ കൊണ്ടുപോയ ആ ഭീമൻ ആവിക്കപ്പൽ. അതിന്റെ പകയുടെ ചാരപ്പഞ്ഞിത്തുണ്ടുകൾ മേഘത്തെ കറുപ്പിച്ചു. പ്രേതക്കോട്ടയുടെ കൊടിക്കൂറപോലെ അതിന്റെ നനഞ്ഞ കപ്പൽപ്പായകൾ ആകാശത്തെ ധിക്കരിച്ചു പറന്നു. കപ്പൽത്തട്ടിൽ നിൽക്കുന്ന ഒരു സ്ത്രീരൂപത്തെ ബിയാങ്ക ഞെട്ടലോടെയാണ് കണ്ടത്. ചെറുമഴ വകവയ്ക്കാതെ, നിറമുള്ള ഒരു കുടചൂടി അവളെ നോക്കുന്ന ഒരു സ്ത്രീരൂപം.

"മമ്മാ." നെഞ്ചിലുടക്കിയ പരിഭവവും കരച്ചിലുമമർത്തി അവൾ കൈകൾ വീശി. അവളുടെ ചുണ്ടുകൾ വിറപൂണ്ടു. ഡെന്മാർക്കിലെ മദ്യത്തിന്റെ കറപറ്റിയതുപോലെ കടൽജലം നിറംപറ്റി മാറിക്കിടന്നു. കപ്പൽത്തട്ടിൽനിന്നും ആ രൂപം അവൾക്കു നേരെ കൈകൾ വീശി. കണ്ണുകളിൽ നീരും മഴയും പറ്റി. ബിയാങ്കയ്ക്കു കാഴ്ച മങ്ങി. അന്യദേശങ്ങളിലെ, വിലകൂടിയ സുഗന്ധദ്രവ്യങ്ങളുടെ ഗന്ധമുള്ള മഴക്കാറ്റ് ബിയാങ്കയെ ചുറ്റിത്തിരിഞ്ഞു. വാലുകളിൽ വെള്ളിവാൾത്തിളക്കമുള്ള ഡോൾഫിൻ കൂട്ടങ്ങൾ ജലത്തിൽ പുളയ്ക്കുന്നത് ബിയാങ്കയെ കൂടുതൽ കരയിച്ചു. ആപ്രിക്കോട്ട് പഴങ്ങളുടെ പുളിരുചി അവളുടെ നാവിൽ വർഷങ്ങൾക്കുശേഷം വന്നുനിന്നു. ബിയാങ്ക കപ്പലിനുനേരെ വീണ്ടും കൈകൾ വീശി. മഴ അവളുടെ ഉടുപ്പുകളെ നനച്ചു. കറുത്ത പാറയ്ക്കു മുകളിൽ അവളൊരു ഗർഭിണിയായ തള്ളമത്സ്യത്തെപ്പോലെ നിന്നു.

"ബിയാങ്കാാാ...."

“മമ്മാാാാ....” ഡോൾഫിനുകൾ തുള്ളിച്ചാടി രഹസ്യസന്ദേശങ്ങൾ കൈമാറി. “മമ്മാ.”

ബിയാങ്ക ഒറ്റക്കുതിപ്പിനു മത്സ്യക്കൂട്ടങ്ങൾക്കിടയിലേക്ക് ചാടി. കടലിന്റെ ഇളംചൂടുള്ള കൈത്തിരകൾ അവളെ പൊതിഞ്ഞു. മഴയിൽ, കടലിൽ പൊന്തിയ മുലക്കുപ്പികളുടെ ജലനിരപ്പുകളിൽ അവളുടെ വിളർത്ത ചുണ്ടുകൾ ഉരഞ്ഞു. അവൾ കപ്പലിലേക്ക് അതിവേഗം മത്സ്യങ്ങളോടൊപ്പം തുഴഞ്ഞുനീങ്ങി.

“മമ്മാ!” അവളുടെ നിലവിളി കടലിനുള്ളിൽ ചുറ്റിത്തിരിഞ്ഞു. തല പെരുക്കുന്നതുപോലെ അവൾക്കു തോന്നി. എവിടെയും ജലശബ്ദം മാത്രം. കണ്ണീരിന്റെയും കടലിന്റെയും മഴയുടെയും വന്യമായ ശബ്ദങ്ങൾ അവൾക്ക് ഇടയ്ക്കെല്ലാം കൈകൾ കുഴഞ്ഞു, കാലുകൾ തളർന്നു. ജലത്തിൽ കുതിർന്ന ഒരു മരത്തടിപോലെ ജലത്തിലേക്കവൾ താഴുകയും ഇടയ്ക്കു പൊന്തുകയും ചെയ്തു.

കപ്പൽത്തട്ടിൽനിന്നും കൈകൾ നീട്ടി മമ്മ നിലവിളിക്കുന്നത് അവൾ വ്യക്തമായി കണ്ടു.

“മമ്മാ..” അവൾ സകല കരുത്തുമെടുത്തു തുഴയാൻ ശ്രമിച്ചു. ജലോപരിതലത്തിലേക്ക് ഒരു വലിയ നീർക്കുമിളപോലെ അവൾ ഒരു തവണകൂടി പുളഞ്ഞുപൊന്തി. പിന്നീട് ചിറകുകൾ അറ്റുപോയ തള്ളമത്സ്യത്തെപ്പോലെ ഉടൽകുഴഞ്ഞ് കടലിന്റെ അടിത്തട്ടിലേക്ക് അവൾ ആണ്ടാണ്ടുപോയി. എല്ലാ മുഴക്കങ്ങൾക്കും കാറ്റിനും ജലത്തിന്റെ ചീറലിനുമപ്പുറത്ത് മമ്മയുടെ നിലവിളിപോലുള്ള നേർത്ത ഒരു ജലശബ്ദം അവളെ ശ്വാസം മുട്ടിച്ചു.

ജലത്തിലൂടെ നടക്കുന്ന കന്യകമാർ

"ഗർഭിണിയാണെന്നറിഞ്ഞ രാത്രിയിൽ
ഭാര്യയായ ഒരു കന്യക ജലത്തിലൂടെ
നടക്കുന്നതായി സ്വപ്നം കണ്ടു."

റസിയയ്ക്ക് പുരുഷനെപ്പോലെ പ്രത്യുല്പാദനശേഷിയുണ്ടായിരുന്നെങ്കിൽ താനവളുടെ കുഞ്ഞിനെ വയറ്റിൽ ചുമന്ന് വേദനിച്ചു വേദനിച്ച് പ്രസവിച്ചേനെയെന്ന് മുമ്പ് അമുദ എത്രയോ തവണ പറഞ്ഞിട്ടുള്ളതാണ്. നിലാവിന്റെ ചീകിയ ഇതൾക്കട്ടപോലെ, പാലപ്പൂ വിരിഞ്ഞുണർന്ന്, രാത്രിക്കാറ്റിൽ വിറച്ച് വീശിയാടുന്ന, ഹോസ്റ്റലിനരികിലെ കണ്ണൻ പാലമരം അതിനെല്ലാം സാക്ഷിയായിരുന്നു. നഗ്നമായ ഗ്രീക്കുദേവന്റെ ഓട്ടുപ്രതിമയിലെ അരഞ്ഞാണമണികൾ, ഉരുകിത്തീർന്ന മെഴുകുതിരി അയയിലെ അയഞ്ഞ ആപ്പിൾനിറപാന്റീകൾ, സൂക്ഷ്മക്കാഴ്ച കണ്ടു രസം പിടിക്കുന്ന റസിയയുടെ ഗാന്ധിക്കണ്ണട, ശ് ശ് ശ് എന്ന് ഭീഷണിയോടെ ചുണ്ടിൽ വിരൽ ചേർത്തു പിണങ്ങിയിരിക്കുന്ന മദാമ്മക്കുട്ടിയുടെ ചിത്രം, ഇടയ്ക്കിടെ മുറിയിൽ വന്ന് എത്തിയേന്തിച്ചു പോവുന്ന പാലപ്പൂസുഗന്ധിയായ വികൃതിക്കാറ്റ്— അങ്ങനെയങ്ങനെയെന്തെല്ലാം അവരുടെ സ്നേഹം കണ്ടിരിക്കുന്നു. എന്നിട്ടും ആശുപത്രിയിൽ തങ്ങളെ കാണാൻ വന്ന പത്രക്കാരോട് അവർ പറഞ്ഞത്:

"ഞങ്ങളുടെ ഇഷ്ടം ഒരു രഹസ്യമായിരുന്നു" എന്നാണ്.

"ഇങ്ങനെയൊരു തീരുമാനമെടുക്കാൻ കാരണം?" പത്രക്കാരിലൊരാൾ അവളുടെ വിയർപ്പുതിർന്ന മൂക്ക് ടവ്വലൊപ്പിക്കൊണ്ട് അമുദയോട് ചോദിച്ചു.

"എനിക്ക് റസിയയുടെ കുഞ്ഞിനെ പ്രസവിക്കണം. അത് എന്നുടെ ആഗ്രഹം."

പച്ച റബ്ബർഷീറ്റു വിരിച്ച കിടക്കയിലായിരുന്നു അവരിരുവരും. റബ്ബർഷീറ്റിൽ കൈവെച്ചപ്പോൾ പത്തിയിൽ വിയർപ്പ് കിനിഞ്ഞു അമുദയ്ക്ക്. ശസ്ത്രക്രിയാ ഉടുപ്പിലവിടവിടങ്ങളിലായി ചോര തെറിച്ചത് പുതപ്പാൽ മറച്ചിരുന്നു റസിയ.

"ഈ തീരുമാനത്തെ റസിയയുടെ പ്രസ്ഥാനം എങ്ങനെയായിരിക്കും വിലയിരുത്തുക?"

"അണ്ഡദാനത്തെ എന്റെ പ്രസ്ഥാനം തെറ്റായി വ്യാഖ്യാനിച്ചിട്ടുണ്ടോ?" റസിയയുടെ മുഖം ചുവന്നു. കണ്ണുകൾ കുറുങ്ങി.

"നോക്കൂ, ഇത് വ്യക്തിപരമായ പ്രശ്നമാണ്. പൊലീസുകാരുടെ ചവിട്ടേറ്റ് തകർന്നതല്ലേ എന്റെ ഗർഭപാത്രം. എനിക്കെന്താ പ്രോജെനി പാടില്ലേ?"

"അല്ല ഇതിനെ അമുദയുടെ കുടുംബം?"

"കുടുംബമോ?" റസിയയ്ക്ക് ചെറുതായി ക്ഷോഭം വന്നു.

"അല്ല, അമുദയുടെ ഭർത്താവ്?"

അമുദ പെട്ടെന്ന് ഉറക്കെ ചിരിച്ചു. വെള്ളിമണികൾ സംഗീതം പൊഴിച്ചു.

"ഒരു പുരുഷൻ" അമുദ ചുണ്ടുകൊണ്ട് മുരണ്ടു.

മുറുക്കിച്ചുവന്ന ചുണ്ടുകളും കുടവയറും അതിനു മുകളിൽ കെട്ടിയ വീതിയേറിയ ബെൽറ്റും നരച്ച രോമങ്ങൾ കുറ്റിക്കാടു തീർത്ത നെഞ്ചും ഓർമ്മിപ്പിക്കുന്ന ഒരോക്കാനം.

അമുദ ഓർത്തു. അയാളുടെ മൂന്നാമത്തെ ഭാര്യയായിരുന്നു അവൾ. അച്ഛന്റെ സുഹൃത്തായിരുന്ന ആ വൃദ്ധനെ അവൾ ചെറുപ്പത്തിൽ അപ്പാ എന്നുതന്നെ വിളിച്ചിരുന്നു. അയാളുടെ പെൺമക്കൾ അവളെക്കാൾ ഏറെ മുതിർന്നവരായിരുന്നു.

അവരുടെ ആദ്യരാത്രിയിൽ തുറന്ന ജനാലയ്ക്കൽ നിന്ന് അമുദ തൂത്തുക്കുടിയിലെ നെല്ലുപാടങ്ങൾ കണ്ടു. നെൽപ്പാടത്തെ വെള്ളക്കെട്ടിൽ മഴവെള്ളം വെള്ളിക്കണ്ണാടിപോലെ തിളങ്ങി. നോക്കിനിൽക്കെ പരന്ന നിലാവിൽ, കൊഴുത്ത പാൽപോലെ ഇളകിത്തുടിച്ച ജലാശയത്തിൽ മിന്നാമിനുങ്ങുകളുടെയും നക്ഷത്രങ്ങളുടെയും ഉടൽ നിറങ്ങൾ മുങ്ങിക്കിടന്നു. അവളുടെ മണിയറയിൽ നിറയെ കനകാംബരപ്പൂക്കൾ കോർത്ത് തൂക്കിയിട്ടിരുന്നു.

"ഞാനവിടെനിന്ന് സ്നേഹമനുഭവിച്ചുവെന്ന് നിങ്ങൾ കരുതുന്നുണ്ടോ? ഒരു ഭാര്യയുടേതായ പരിഗണനയെങ്കിലും?" അമുദ പത്രക്കാരോട് ചോദിച്ചു.

"ഞാനിപ്പോഴും കന്യകയാണ്. എന്നെ വേദനിപ്പിക്കുന്നതായിരുന്നു അയാളുടെ രതി. എന്റെ നിലവിളികളായിരുന്നു അയാളുടെ മൂർച്ഛകൾ."

മഞ്ഞിച്ച പല്ലുകളുള്ള ഒരു ഭ്രാന്തൻ ചെന്നായയുടെ വിശപ്പ് അമുദയ്ക്കോർമ്മവന്നു. തടിച്ച ബെൽറ്റുകൊണ്ട് അയാളടിച്ച മുറിപ്പാടുകളിൽ അവൾ തടവി.

"നിങ്ങളുടെ സ്നേഹം എങ്ങനെ അമുദയുടെ വീട്ടിലറിഞ്ഞു?"

"എങ്ങനെയോ?" റസിയ കണ്ണടയൂരി.

"അമ്മുവിന്റെ അച്ഛൻ അവളെ ബലമായാണ് പിടിച്ചുകൊണ്ടുപോയത്. അവളുടെ നീണ്ടുകിടന്ന മുടിയിൽ പിടിച്ചുവലിച്ച്." നെല്ലു പുഴുങ്ങിക്കൂട്ടിയിട്ട ഒരു മുറിയുടെ മൂല അമുദ ഓർത്തു. മരത്തിന്റെ പഴയ ജനൽ പാതിതുറന്ന അവസ്ഥയിൽ സ്തംഭിച്ചുനിന്നു. ഇരുട്ടിന്റെ നിഴലുകൾ പാമ്പുകളെപ്പോലെ നെൽക്കൂനയിലേക്ക് കയറിവന്നു. ചൂടും നെൽപ്പുഴുക്കച്ചൂരും ചേർന്നപ്പോൾ അവൾക്ക് ശ്വാസം തിങ്ങി. ഏലഗിരിയിലെ ആകാശം പടിഞ്ഞാറേ ഭാഗത്ത് നക്ഷത്രങ്ങളെ പ്രസവിച്ചില്ലെന്ന് അമുദയുടെ ഉള്ളിൽ സങ്കടം കുറുകി. അവൾ തല തടവി. ചെറിയ തൊട്ടാവാടിക്കാട്ടിലൂടെ കയ്യോടിച്ചതുപോലെ തോന്നി അവൾക്ക്.

അമുദയ്ക്ക് അമ്മാവുടെ മുടിയായിരുന്നു. സ്വർണ്ണനൂലുപോലെ വിട്ടുവിട്ട് പരന്നുകിടക്കുന്ന ചെമ്പൻമുടി. അഴിച്ചിട്ടാൽ മുടിയിൽ ചൂടിയ കനകാംബരപ്പൂക്കൾ എട്ടുകാലികളെപ്പോലെ മുടിയിഴയിൽ ഊർന്നു താഴേക്ക് വരും. മെടഞ്ഞിട്ടാൽ തലകുത്തനെ പത്തി താഴ്ത്തിയിട്ട സ്വർണ്ണനാഗത്തെ ഓർമ്മവരും. അമുദയുടെ ഇരു ചന്തിയിലും മൃദുവായി അത് കൊത്തും. നടക്കുമ്പോൾ തുള്ളിയാടി പത്തി മയക്കി അതങ്ങനെ കിടക്കും.

തീവണ്ടിയാപ്പീസിൽനിന്നു പിടിച്ചുകൊണ്ടുവന്ന അന്ന് അമുദയുടെ മുടിയാണ് ചിന്നപ്പച്ചെട്ടിയാർ കൈയിലടക്കിപ്പിടിച്ചത്.

"വേണ്ടാ അപ്പാ." തലയോട്ടിയിൽനിന്നും വേരു പിളർന്നു പോരുന്നതുപോലെ അമുദ നിലവിളിച്ചു.

"വെട്രാ സിലമ്പരസാ."

അമുദ കണ്ണുകളുയർത്തി. തെരുവിന്റെ അറ്റത്തെ ബാർബർഷോപ്പിൽനിന്നും ആരാധനയോടെ തന്നെ നോക്കാറുള്ള ആ ചെറുപ്പക്കാരൻ ബാർബറുടെ കണ്ണുകൾ നിറഞ്ഞിരുന്നു. അമുദയുടെ മുടിയിൽനിന്നുകൊഴിയുന്ന കനകാംബരപ്പൂക്കളും തുളസിയിലകളും പെറുക്കി സൂക്ഷിച്ചിരുന്നു സിലമ്പരസൻ.

മൊട്ടയടിക്കുമ്പോൾ അമുദ കരയുന്നുണ്ടായിരുന്നു. ചെറിയ മഴ പെയ്യുന്നതുപോലെ മുടി നിലത്ത് വീണു. ശിരസ്സിനു ഭാരം കുറയുന്നു. യൂക്കാലിക്കാട്ടിൽനിന്നൊരു കാറ്റ് നിറുകയിൽ കൈനീട്ടി സ്പർശിക്കുന്നു. വെളുത്ത ക്രീം തലയിൽ തേച്ചുപിടിപ്പിച്ചപ്പോൾ സിലമ്പരസന്റെ വിരൽത്തുമ്പു വിറച്ചു. കത്തിയിൽ ചെറുകൃമികളെപ്പോലെ മുടിക്കുറ്റികൾ നിന്നു. സിലമ്പരസൻ ഇടതുകൈപ്പത്തിപ്പുറത്ത് കത്തിയമർത്തിരാകി.

യൂക്കാലിമരങ്ങൾക്കിടയിൽ അമുദ നടന്നുവരാറുള്ള നാട്ടുവഴികളിൽ ഒളിച്ചുനിന്നത് ഓർത്തപ്പോൾ സിലമ്പരസന്റെ കൈ മുറിഞ്ഞു. പഴുക്കടയ്ക്കാനിറമുള്ള അവളുടെ മുഖം കുറ്റപ്പെടുത്തുന്നതുപോലുമില്ലല്ലോ എന്നവനു വിഷമം. കലങ്ങിച്ചുവന്ന കണ്ണുകളോടെ അവൻ നിലത്തൂർന്നു കിടന്ന മുടിച്ചുരുളുകൾ വാരി കൈസഞ്ചിയിൽ നിറച്ച് ഇറങ്ങി നടന്നു.

ചിന്നപ്പച്ചെട്ടിയാർ പല്ലു കടിച്ചുകൊണ്ട് നിന്നു വെറുതെ. ശിരസ്സ് മുണ്ഡനം ചെയ്തതിനുശേഷം അമുദയെയിട്ട മുറിവാതിൽ അയാൾ അടച്ചില്ല. നരച്ച പുതപ്പുപോലെ മുമ്പിൽക്കണ്ട ആകാശമോ ചിന്നപ്പച്ചെട്ടിയാരുടെ ഭീഷണശബ്ദമോ എണ്ണപടർന്ന മീശയോ ഒന്നും ഒന്നും അമുദയെ ഭയപ്പെടുത്തിയില്ല.

യൂക്കാലിച്ചെടികൾ പൂവിട്ടുതുടങ്ങിയ അതേ ആഴ്ചതന്നെ അവൾ ഒളിച്ചോടി. തണുപ്പു സൂക്ഷിച്ചുവെച്ച തേയിലത്തോട്ടത്തിനുള്ളിൽ പകൽ മുഴുവൻ ഒളിച്ചിരുന്ന് രാത്രിബസ്സിൽ അവൾ കോഴിക്കോട്ടേക്കു കയറി.

പുലർച്ചെ കോഴിക്കോടുനഗരം ഫ്രിഡ്ജിനകത്തു പെട്ടതുപോലെ വിറുങ്ങലിച്ചു. നേരം വെളുക്കുന്നതിനും മുമ്പേ മഴ പെയ്യാൻ തുടങ്ങിയ പരിചിതവഴികളിലൂടെ അവൾ നടന്നു. വഴിവിളക്കിലെ ചത്തൊട്ടിയ ഈയാംപാറ്റകൾ അവൾ കണ്ടു. നീലിച്ചുകിടന്നിരുന്ന പുലർകാലക്ഷേത്രങ്ങൾ കറുമ്പൻ മേഘമഴയ്ക്കുള്ളിലേക്ക് പൂണ്ടുപോയി. അമുദയുടെ ഹൃദയം ജലത്തിൽ മുങ്ങിപ്പൊങ്ങിയ ഒരു മീൻകൊത്തിയുടേതുപോലെ മിടിച്ചു. യൂക്കാലിത്തൈലം പുരണ്ട അവളുടെ ദേഹത്തേക്ക് നീലത്തൂവൽപോലെ ദുപ്പട്ട നനഞ്ഞൊട്ടി.

ഹോസ്റ്റൽമതിൽ ചാടിക്കടക്കാൻ ഏറെ പണിപ്പെടേണ്ടിവന്നു അമുദയ്ക്ക്. അവളുടെ കൈവെള്ളകളും കണങ്കാലും മതിലിനു മുകളിലെ കുപ്പിച്ചില്ലു തട്ടി മുറിഞ്ഞു. വെളുത്ത ചുരിദാറിന്റെ നീലച്ചിത്രത്തുന്നൽ വലിഞ്ഞുകീറി. ദുപ്പട്ടയുടെ ചെണ്ട് ചില്ലിൽ കുരുങ്ങി അമുദയുടെ മൊട്ടത്തല പുറത്തേക്കു വന്ന് ചന്ദ്രവെട്ടത്തിൽ തിളങ്ങി.

റസിയയുടെ വാതിൽക്കലെത്തിയപ്പോഴേക്കും ഭയം കാരണം അമുദയുടെ ശബ്ദം മരവിച്ചുപോയി. കൊക്കുരസുന്ന കിളിയെപ്പോലെ അവൾ വാതിൽക്കൽ മുഖം ചേർത്തു പതുക്കെ നിലവിളിച്ചു.

റസിയ ഇത് അഞ്ചാമത്തെ തവണയാണ് ഉറക്കം ഞെട്ടുന്നത്. പുൽത്തലപ്പിൽ മഴ വീഴുന്നത് കേട്ടാലോ വണ്ട് വന്ന് ജനാലയ്ക്കൽ മുരണ്ടിടിച്ചാലോ വെന്റിലേറ്റർ പോളിയിലൂടെ മിന്നൽകേറിവന്ന് കണ്ണാടിയിൽ ഒളിച്ചൊന്നു ചിരിച്ചാലോ മതിയവൾക്ക് ഉറക്കം തെറ്റാൻ. പുതപ്പിനുള്ളിലെ കഠിനമായ ഏകാന്തത അവളെ പരിഭ്രമിപ്പിച്ചു. ഇപ്പോൾ ഉറക്കത്തിൽ അവളൊരു നിലവിളിയാണു കേട്ടത്. ആരോ നഖംകൊണ്ട് വാതിൽക്കൽ മാന്തുന്നുവോ? റസിയ കണ്ണുതുറന്നു. പുറത്ത് മഴയുണ്ട്.

“റസി...യാ..” ആ വിളി സ്വപ്നമല്ല. അവൾ ചാടിയെഴുന്നേറ്റ് കതക് വലിച്ചു തുറന്നു. അമുദയെ കണ്ടപ്പോൾ റസിയ ഞെട്ടിപ്പോയി. മുണ്ഡനം

ചെയ്ത ശിരസ്സ്. അതിൽ പൊടിച്ച രോഗാതുരമായ കുറ്റിരോമങ്ങൾ. ക്ഷീണിച്ച മുഖത്തെ കണ്ണീർ, കൺപോളകൾക്കിടയിലെ വിഷാദക്കറുപ്പ്. വരണ്ട ചുണ്ടുകൾക്കിടയിലെ പരുക്കൻ നീലിമ...

"അമ്മൂട്ടീ.."

റസിയ അവളെ കെട്ടിപ്പിടിച്ചു. ഏലഗിരിയുടെയും തേലിയത്തോട്ടത്തിന്റെയും ട്രാൻസ്പോർട്ട് ബസിലെയും കോടത്തണുപ്പും മഴയുടെ അസാധാരണമായ തണുപ്പും മുഴുവനായും അമുദയുടെ ഉടലിലുണ്ടായിരുന്നു. ശരീര പേശികൾ കോച്ചിപ്പിടിച്ചതുപോലെ അമുദ ഇടയ്ക്കിടെ വിറച്ചു.

"വാ!" റസിയ കരുണയോടെ അവളുടെ നനഞ്ഞ ഉടുപ്പുകൾ ഊരാൻ തുടങ്ങി. ദുപ്പട്ട വലിച്ചപ്പോൾ അമുദ കിടുങ്ങി.

"അമ്മൂസ്സേ ഇവിടിരി." അവൾ ഒരു സ്റ്റൂൾ നീക്കിയിട്ടു. പുതപ്പുകൊണ്ട് അമുദയുടെ തലനീരൊപ്പി. അമുദയുടെ നനഞ്ഞ ബ്രേസിയറും അടിയുടുപ്പും കൂടി റസിയ അഴിച്ചെടുത്തു. അവളുടെ ഉടലിൽ ഒഴുകിക്കൊണ്ടിരുന്ന ജലം സ്റ്റൂളിലും നിലത്തും ചെറിയ വെള്ളക്കെട്ടുകളായി രൂപാന്തരപ്പെട്ടു. അവളുടെ ചാരനിറമുള്ള രഹസ്യരോമങ്ങളിൽ വൈരപ്പൊടിപോലെ ജലകണികകൾ തുളുമ്പിനിന്നു. റസിയ അമുദയുടെ കാൽപ്പാദങ്ങൾക്കടിവശം ഉരസി ചൂടു പിടിപ്പിച്ചു. കോച്ചിപ്പോയ തുടയിലെ പേശികൾ അമർത്തി തിരുമ്മുമ്പോൾ യൂക്കാലിമണം കൈകളിൽ ഊറുന്നതായി റസിയയ്ക്ക് തോന്നി.

അമുദയുടെ നെഞ്ച് അവൾ മൃദുവായി ഉഴിഞ്ഞുകൊടുത്തു. അവളുടെ മുലച്ചുണ്ട് സ്പർശിച്ചപ്പോൾ ഇളം മുന്തിരിങ്ങകൾ തൊട്ടപോലൊരു മിനുസം റസിയയ്ക്ക് അനുഭവപ്പെട്ടു. അമുദ കണ്ണുകൾ ഞെട്ടലോടെ വിടർത്തി റസിയയെ തുറിച്ചുനോക്കി. അവളുടെ നനഞ്ഞ ചുണ്ടുകളിൽ ചോരച്ചുവപ്പ് ചെറുങ്ങനെ പരന്നു. വിളറിയ കവിളുകളിൽ രക്തം പൊടിഞ്ഞു. നെഞ്ച്, നെഞ്ചുമാത്രം പനിക്കാലത്തെന്നപോലെ റസിയയുടെ കൈകൾ പൊള്ളിച്ചു. അമുദ എഴുന്നേറ്റ് മരയലമാരിക്കു പുറകിലെ ചെറിയ ഇടയിലേക്കു നീങ്ങി ചുമരിൽ കവിളുകൾ ചേർത്തുനിന്നു.

അവർക്ക് മുകളിൽ ഭയങ്കരമായ ശബ്ദത്തോടെ കറങ്ങിക്കൊണ്ടിരുന്ന നാലിതൾ പങ്ക റസിയ ഓഫ് ചെയ്തു. അവൾ ചെറിയൊരു മെഴുകുതിരി കത്തിച്ചു. തുറന്നിട്ട ജനാലയ്ക്കൽ മഴയുടെ സൂചിപ്പാളികൾ, ജാലകവിരി പോലെ വീണു. നേരം പുലരുവാൻ തുടങ്ങിയിരുന്നു. ആകാശം അതിനാൽ കറുത്ത ശിശുവിന്റെ ഉള്ളങ്കാലടിപോലെ പതുപതുത്തതായി കാണപ്പെട്ടു. ഒരു മഴക്കാറ്റ് പുറത്ത് വിടർന്നുനിന്നു പാലമരത്തിന്റെ ഇലകളെ ഇളക്കി പൂക്കളെ ഇക്കിളിപ്പെടുത്തി.

"അംമ്മൂ."

"മ് മ് ഹ്!"

“വാ. അയഞ്ഞ നിശാവസ്ത്രത്തിന്റെ കുടുക്കുകൾ വിടർത്തി റസിയ അമുദയെ വിളിച്ചു. മേശപ്പുറത്തെ ഉരുകിത്തുടങ്ങിയ മെഴുകുതിരിയുടെ തുള്ളിപ്രകാശത്തിൽ അവളുടെ മുലകൾക്കു മീതെ വീണുകിടക്കുന്ന കണ്ണീർ മഴത്തുള്ളികൾപോലെ മിന്നി.

മൊട്ടയടിച്ച ശിരസ്സിൽ റസിയ മൃദുവായി തഴുകി. അമുദ വീണ്ടും കരഞ്ഞു. “കരയരുത്.”

ഉറക്കമണം മാറാത്ത ചുണ്ടുകൾകൊണ്ട് റസിയ അമുദയുടെ ചുണ്ടുകൾ പൂട്ടിപ്പിടിച്ചു. വലതുകൈകൊണ്ട് ചെവിത്തിട്ടയിൽ അമർത്തി, ചുണ്ടു വിടർത്തി അമുദയുടെ ചെവിക്കു താഴെ രോമങ്ങൾ പൊടിച്ചു തുടങ്ങിയ പിൻകഴുത്തിനും വലത്തായി ചുംബിച്ചു.

ആകാശത്ത് ചെറുമിന്നലുകൾ ഉറുമിത്തലപോലെ വീശിവീണു. റസിയ മുഖം പിൻവലിച്ചു. അവളുടെ കൺപീലികൾ നനവിൽ കൂമ്പി. അടുത്ത മിന്നലിൽ ഇരുവരും പരസ്പരം തങ്ങളുടെ ഉടലുകളുടെ നഗ്നത കണ്ടു. ഉറയൂരിക്കളഞ്ഞ സർപ്പങ്ങളെപ്പോലെയായിരുന്നു അവരിരുവരും. പരസ്പരം അഴിഞ്ഞും പിണഞ്ഞും.

കരച്ചിലിൽ കൊഴുത്ത ഉമിനീർ പുരണ്ട് സ്വർണ്ണ ബ്രൗൺ നിറമായിരുന്ന റസിയയുടെ ചുണ്ടുകളിൽ, കാമം തുടിച്ചു നിൽക്കുന്നത് അമുദ കണ്ടു.

റസിയ മുട്ടുകുത്തിനിന്നു. അപ്പോൾ ആപ്പിൾഞെട്ടുപോലെ തുടുത്ത പൊക്കിൾച്ചുഴിയിൽ മൂക്കുരസി അമുദ റസിയയെ കെട്ടിപ്പിടിച്ചു. റസിയയുടെ കവിളുകൾ അമുദയുടെ നെഞ്ചിൽ തട്ടിക്കൊണ്ടിരുന്നു. കുറുകുന്ന തള്ളപ്രാക്കളുടെ അടിവയർപോലെ ഇളംചൂടാർന്നും മിടിച്ചും ഉണർന്നു നിന്നിരുന്ന അമുദയുടെ നെഞ്ച് റസിയയുടെ കവിളിനെ കോരിത്തരിപ്പിച്ചു.

അവരിരുവരും വീണ്ടും കെട്ടിപ്പുണർന്നു. അവരുടെ അവയവങ്ങൾ പരസ്പരമുരസി. തീച്ചൂടു പാറി. കെണിയിൽപ്പെട്ട കാട്ടുമൃഗങ്ങളെപ്പോലെ അവർ ഇരുവരും ചീറി.

ചുളിഞ്ഞുകിടന്ന പരുത്തിവിരിപ്പിൽ മുഖം പൂഴ്ത്തിയപ്പോൾ അമുദയ്ക്ക് റസിയയുടെ വിയർപ്പിന്റെ മണം കിട്ടി. പുതുതായി പൊടിച്ച കണ്ണിമാങ്ങാച്ചുനയുടെ തീക്ഷ്ണതയും മാദകത്വവും അവൾക്കനുഭവപ്പെട്ടു. അമുദ മലർന്നുകിടന്നപ്പോൾ അവളുടെ ഇരുനിറമുള്ള നെഞ്ച് മൃദുവായി ഇളകി.

“ദോശച്ചട്ടീലെ ബുൾസൈപോലുണ്ട്.” റസിയ അശ്ലീലം കുഴഞ്ഞ വായോടെ അമുദയുടെ മുലകളെ തുറിച്ചുനോക്കി. “വാ കണ്ണേ ഒറങ്ങാം.” അമുദ പുതപ്പ് നിവർത്തി. സുരക്ഷിതമായ താവളംപോലെ അതവർക്കു മീതെ വിടർന്നു. ആ ഉറക്കത്തിൽ അവരിരുവരും ജലത്തിലൂടെ നടന്നുപോകുന്നതായി സ്വപ്നം കണ്ടു.

മുഖത്ത് വെയിൽ വന്നു വീണപ്പോൾ റസിയ കണ്ണു തുറന്നു. മുറിയിൽ യൂക്കാലിത്തൈലത്തിന്റെയോ പാലപ്പൂവിന്റെയോ എന്തിന്റെ ഗന്ധമാണ് നിറഞ്ഞുതിങ്ങുന്നതെന്ന് മാത്രം അവൾക്ക് മനസ്സിലായില്ല. പെട്ടെന്ന് വാതിൽക്കൽ ശക്തിയായ മുട്ടുകേട്ടു. അമുദയുടെ ഉറക്കം ചിതറിപ്പോയി.

തുറന്ന വാതിൽക്കൽ ചിന്നപ്പച്ചെട്ടിയാരുടെ കലങ്ങിയ കണ്ണുകൾ കണ്ട് അമുദ വിറച്ചു.

"ഇങ്കെ വാടീ." അയാൾ ക്ഷമയോടെ വിളിച്ചു, റസിയയ്ക്കു പുറകിലൊളിച്ച അമുദയെ. മുറിക്കുള്ളിലേക്ക് ചാടിക്കയറി അയാൾ മകളുടെ കൈത്തണ്ടയിൽ പിടിത്തമിട്ടു.

"വിടമാട്ടേൻ ഡീ." ആ ഒരു വാചകം മാത്രം റസിയ കേട്ടു.

അന്നുച്ചയ്ക്കാണ് റസിയയ്ക്ക് ആ അപകടം സംഭവിച്ചത്. ഹേബിയസ് കോർപ്പസ് കൊടുക്കാനായി വക്കീലിനെ കാണാൻ ചെന്നതായിരുന്നു റസിയ. കോടതിയുപരോധം തടയാൻ വന്ന ഒരു പൊലീസുകാരി. ഒരു തമിഴത്തി. ബഹളത്തിൽനിന്നു മാറി നിന്നിരുന്ന റസിയയ്ക്കരികിലേക്ക് ഓടിവന്നു. തമിഴ്കലർന്ന മലയാളത്തിൽ റസിയയുടെ തന്തയ്ക്കു പറഞ്ഞുകൊണ്ട് അവളുടെ അടിവയറ്റിൽ ആഞ്ഞുചവിട്ടി.

"അമ്മാാാ!"

മുറിഞ്ഞുപോയ ഒരു കരച്ചിൽ ചീള് സമരക്കാർക്കിടയിലേക്ക് വന്നു വീണു. റസിയ കുനിഞ്ഞുപോയിരുന്നു. നിവർത്താൻ സാധിക്കാതെ ഒടിഞ്ഞുപോയ ഒരു കൊന്നത്തെങ്ങുപോലെ അവൾ വിറച്ചു. ശരീരത്തിനകത്ത് അവയവങ്ങൾ കലങ്ങിപ്പൊട്ടിയതുപോലെ അവൾക്കു തോന്നി. ശ്വാസകോശങ്ങൾ, കുടലുകൾ, ഗർഭപാത്രം, മൂത്രാശയം എല്ലാം ചെറിയ കൊളുത്തിലെന്നപോലെ വിറകൊണ്ട് തൂങ്ങിക്കിടക്കുന്നു. നിവർന്നു നിന്നാൽ അവ പൊട്ടിവീണ് കലങ്ങിപ്പോകുമെന്ന് അവൾ ഭയന്നു. തുടയ്ക്കു നടുവിൽ ഒരു തടപോലെ അവൾ ദുർബ്ബലമായ ഇടതുകൈ ചേർത്തുവച്ചു. ചോര അവളുടെ വിരലുകൾക്കിടയിലൂടെ ഇറ്റിറ്റുവീണു.

ആശുപത്രി വിട്ടെഴുന്നേറ്റതിനുശേഷം റസിയ അമുദയെപ്പറ്റി ഓർത്തതേയില്ല. മൂന്നു മാസങ്ങളായി പൊട്ടിക്കാതെ കൂട്ടിയിട്ട തപാലിൽനിന്നും അമുദയുടെ വിവാഹക്കത്ത് കണ്ടെടുത്തപ്പോഴും റസിയയ്ക്കു പതർച്ച തോന്നിയില്ല. പഴുപ്പിച്ച സൂചിയാൽ ആരോ ഒന്ന് ഉള്ളിൽ കുത്തിയതുപോലെ ഒരു നിമിഷം. അത്രമാത്രം അതിനുശേഷം അവളാ അദ്ധ്യായം പൂർണ്ണമായി മറന്നുകളഞ്ഞു. യൂക്കാലിത്തൈലങ്ങളുടെ ഒഴിഞ്ഞ കുപ്പിയോ തല മുണ്ഡനം ചെയ്ത മനുഷ്യരോ അലമാരിയിൽ അവൾ സൂക്ഷിച്ച നീലദുപ്പട്ടയോ പാലപൂത്ത് മഴകൊണ്ട് നിൽക്കുന്ന രാത്രികാഴ്ചയോ ഒന്നും ഒന്നും അമുദയെ അവൾക്ക് ഓർമ്മിപ്പിച്ചില്ല.

അഞ്ചാമത്തെ വർഷം, കൃത്യം അഞ്ചാമത്തെ വർഷം അമുദയുടെ

കണ്ണീർ വീണ്, അക്ഷരങ്ങൾ പലതും പടർന്നുപോയ ഒരിളം റോസ് ഇല്ലന്റ് കിട്ടുന്നതുവരെ റസിയ ഒരു ജൈവഘടികാരംപോലെ നിത്യം ചലിച്ചുകൊണ്ടിരുന്നു. അതിന്റെ ദിശാസൂചികളിൽ ആത്മഹത്യ ചെയ്ത കാലത്തോട് അവൾ സഹതപിച്ചതേയില്ല.

"നമുക്ക് ഒരുമിച്ചു ജീവിക്കാം." ആ വാചകം വായിച്ചപ്പോൾ റസിയയ്ക്ക് വേദന തോന്നി. ഇന്നലെ മൊട്ടയടിച്ച ശിരസ്സുമായി, അപമാനിതയായി അമുദ ഒളിച്ചോടിവന്നത്, വിയർപ്പുണങ്ങിയ തന്റെ നെഞ്ചിൽ വീണ് ഉറക്കെ നിലവിളിച്ചത്, ഇന്നലെ പഴുത്ത ഒരു രസമാമ്പഴംപോലെ തങ്ങൾ ഉടൽ പരസ്പരം രുചിച്ചത്. പഴയ ഓർമ്മകളിൽ റസിയയ്ക്കു ശ്വാസംമുട്ടി. എന്തും വന്നോട്ടെയെന്നു കരുതി. അതുകൊണ്ടാണവൾ തൂത്തുക്കുടിയിലേക്ക് തീവണ്ടി കയറിയത്.

തൂത്തുക്കുടിയിലെ ചാലിയത്തെരുവിൽ റസിയ വരുമ്പോൾ പല നിറചായങ്ങൾ മുക്കിയ നൂലുകൾ അയയിൽ കാറ്റിൽ തൂങ്ങിയാടി. തറികളുടെ കട്കട് ശബ്ദത്തിൽ തെരുവ് റസിയയോട് സംസാരിച്ചു. ഏതോ ഒരു തറിക്കു പുറകിൽ കണ്ണീരുണങ്ങിയ മുഖവുമായി അമുദയുണ്ടാകുമെന്നാണ് റസിയ കരുതിയത്. അമുദ പക്ഷേ, തെരുവിന്റെ പുറകിൽ ചാണകവറളികൾ ഉണക്കിക്കൊണ്ട് നിന്നു. നീലയും ഓറഞ്ചും പച്ചയും മഞ്ഞയും നിറങ്ങൾ വീണ കോമാളിവസ്ത്രത്തിൽ അമുദയുടെ യൗവനം പരിഹസിക്കപ്പെട്ടുകിടന്നു. വരണ്ട മുഖത്ത് കവിളോട് ചേർന്ന് കരിമംഗല്യം പടർന്നു. കണ്ണുകളിൽ, കെട്ടുപോകാറായ ഒരു പഴയ മെഴുകുതിരിവെട്ടം ചെറുതായി തിളങ്ങി, പൊട്ടിയ വിരൽനഖങ്ങളിൽ ചാണകത്തിന്റെ അറപ്പിക്കുന്ന പച്ചനിറം ഒട്ടിനിന്നു. തഴമ്പുവീണും പഴുത്ത് പൊട്ടിയും ബലംവച്ച കൈത്തണ്ടയിൽ പോലും രക്തഞരമ്പുകൾ പാമ്പുകൾ തീർത്തു. വാടിച്ചീഞ്ഞ മുല്ലപ്പൂമണം പോലെയൊന്ന് അമുദയ്ക്ക് ചുറ്റും പറ്റിനിന്നു.

"അമ്മൂ.. അമ്മൂ.."

മൃദുത്വം വിട്ട് ചുക്കിത്തീർന്ന അമുദയുടെ പഴയ സ്വർണ്ണമാതളത്തൊലിയിൽ റസിയ കണ്ണീരോടെ ചുംബിച്ചു. വൃശ്ചികത്തിന്റെ സൂചിക്കാറ്റുകൾ അവരിരുവരെയും പൊതിഞ്ഞു പിടിച്ചു. റസിയയ്ക്കു പെട്ടെന്നു തമിഴ് മണത്തു.

അങ്ങനെ അമുദയും റസിയയും വീണ്ടും ഒരുമിച്ചു. ഇതാ ഇപ്പോൾ വൈദ്യശാസ്ത്രത്തിന്റെ സഹായത്താൽ അവർക്കിടയിലേക്ക് ഒരു പുതിയ അതിഥികൂടി കടന്നുവരുന്നു. വിജയകരമായി പൂർത്തിയാക്കിയ ഈ അണ്ഡമാറ്റശസ്ത്രക്രിയയ്ക്കു പുറകിൽ ഡോ. ഇന്ദിര എസ്, ഡോ. നിർമ്മല ടി, വൈ... ഡോ...

അമുദയ്ക്കും റസിയയ്ക്കുമിടയ്ക്ക് ചാനൽ റിപ്പോർട്ടറുടെ ശബ്ദം നേർത്തു നേർത്തു വന്നു. അവരിരുവരും ഒരേ കട്ടിലിൽ കിടന്നു.

അന്നു രാത്രി ഉറക്കത്തിൽ അവരിരുവരും ഒരേ സ്വപ്നം കണ്ടു. കണ്ണാടിപോലെ നീലമൊഴുകിയ ഒരാകാശം. ഉണങ്ങിയ പാലപ്പൂമൊട്ടു പോലെ അതിൽ കൂമ്പി നിൽക്കുന്ന പ്രഭാതനക്ഷത്രങ്ങൾ. അതിനു കീഴെ, നീല ശലഭജലമിളകുന്ന ആഴം കുറഞ്ഞൊരു കണ്ണീർ സമുദ്രം. അതിലൂടെ അവർ നടക്കുന്നു.

അവർ നടക്കുന്നു..

ജലത്തിനു മുകളിലൂടെ...

പാദസരമണികൾ കിലുക്കി നീലജലത്തിനു മുകളിലൂടെ...

അവരിരുവരും..

ആ കന്യകമാർ..

ജലത്തിലൂടെ നടക്കുന്ന കന്യകമാർ.

പ്രണയരാത്രി

തീയുടെ ഗന്ധമായിരുന്നു വായുവിന്. കടൽക്കാറ്റിന്റെ സീൽക്കാരത്തിൽ ഉപ്പുമണത്തിൽ ഒരു തീച്ചൂട് പൊട്ടിപ്പഴുത്തു. വെണ്ണീറിൽ വീണുപോയ ചാരമേഘങ്ങൾ ആകാശത്ത് ഉരസി. കടലിനടിയിൽ ജീവനുള്ള ഭൂമി വിറയ്ക്കുന്നതും കാമ്പിൽനിന്നും ശാപംപോലെ ലാവ പൊട്ടുന്നതും കടൽജലം ആകാശത്തേക്കുയരുന്നതും കാത്ത് ചെവിത്തീയൻ ഇരുട്ടുമുറിയിലിരുന്നു. അയാളുടെ കാൽത്തണ്ടയിലെ നീലമുറിവിൽനിന്നും വിഷംപോലെ വീണ്ടും രണ്ടു തുള്ളി ചോര കിനിഞ്ഞു.

"ന്തുട്ട്നാൺണ്ടീ ശോശ്ശ്യേ നീ നൊലോൾക്കണെ? ങ്ഹേ? ആ ശവി നെന്റെ കെട്ട്യോനാൺറീ?"

"എള്ളേമ്മോ.." തൊണ്ടുതല്ലുന്നതു നിർത്തി ശോശാമ്മ പൊട്ടിക്കരഞ്ഞു. മേഘങ്ങൾ പിളർത്തി വന്ന വെയിൽ വാടിപ്പോയി. ചാരമേഘങ്ങൾ രസത്തിലുരസിപ്പെയ്തു. കടലിൻമുകളിൽ ചുട്ടമഴ. തൊഴിലാളി സ്ത്രീകളിൽ പലരും അതിവേഗത്തിൽ പണിയെടുത്തുകൊണ്ടിരുന്നു.

ചെമ്മീനിന്റെ തോലു പൊളിച്ച് പൊളിഞ്ഞുതീർന്ന വിരലിൽ കണ്ണീർ വീണ് മാർത്തയ്ക്ക് നീറി. ചെകിരിത്തുപ്പിൽനിന്നും ഒരടി വഴുതി തെറ്റി കത്രീനയുടെ തള്ളവിരലിൽനിന്നും ചോരച്ചേറു തെറിച്ചു. ജെൻട്രൂഡിന്റെ മണിബന്ധത്തിൽ കൊട്ടയിൽ കിടന്ന സൂചിമീൻ പല്ലുകളമർത്തി. വിവരമറിഞ്ഞ, ഉടനെ തക്കാളിപ്പഴംപോലെ സഖാവ് റപ്പായിയുടെ അർശസ് പൊട്ടുകയും മുണ്ടിൽ ചെമന്ന റോസാചിത്രങ്ങൾ വിടരുകയും ചെയ്തു. വിക്ഷുബ്ധമായിരുന്ന കടലിൽ രക്തമഴ പെയ്യുന്നതും കടലുറഞ്ഞ് ചെങ്കടലാവുന്നതും കണ്ണിൽക്കണ്ട കഞ്ചാബീഡി വലിച്ച അരശന്റെ ചുണ്ടിൽ പെട്ടെന്നു ബീഡിപ്പൊള്ളലേറ്റു. സേവിയോയുടെ അപ്പൻ കുട്ടിവറീത് മാത്രം ചങ്കിൽ കെട്ടിപ്പോയ നിലവിളി മറന്ന് ആറടി നീളത്തിലും

പരപ്പിലും സിമിത്തേരിയുടെ കണ്ണായ ഭാഗത്ത് ഒരു കുഴി വൃത്തിയായി കുത്തിക്കൊണ്ടിരുന്നു. സേവിയോവും സാഞ്ചിലിയും കുഞ്ഞിപ്പാലുവ റീതിന്റെ വടക്കേപ്പുറത്തെ കമിഴ്ത്തിയിട്ട തോണിക്കടിയിലിരുന്ന് അപ്പനുമമ്മേം കളിച്ചു.

ചിരട്ടകൊണ്ടു കുഴിമാന്തി സേവിയോ കിണർ തീർത്തു. മണൽകൊണ്ടൊരു കൊട്ടാരം. കൊട്ടാരത്തിന്റെ തലയിൽ ഒരു കുഞ്ഞിച്ചെങ്കൊടി ചോരയൊലിപ്പിച്ചു പാറി.

കൊടിയുണ്ടാക്കാൻ സാഞ്ചിലിയുടെ കശുവണ്ടിക്കറ വീണ പെറ്റിക്കോട്ടാണ് കീറിയത്.

"ചോന്ന നെർത്തിനോ സാഞ്ചില്യോയ്?" സാഞ്ചിലി സേവിയോയെ മണ്ടനാക്കി ചിരിച്ചു. "അയ്യീ." പല്ലുപോയ വിടവിൽ തൊണ്ണിൽനിന്നൂറിയ ഒരു തുള്ളി തേൻ വൈരക്കല്ലുപോലെ തിളങ്ങി.

"തേത്തായി ഒൽപ്പിക്കണ്ടാക്കാ ഞാങ്കെട്ടൂല നെന്നെ."

"മിന്തൂല്ലാ." സാഞ്ചിലി ചുണ്ടു പിളർത്തി.

"അയ്യ് ന്തുട്ട്നാണ്ടീ കരേണെ. കരേണ്ടെ ടേയ്. സേവ്യേട്ടൻ കെട്ടാടി നെന്നെ. ഒരു തേത്തിയാ ഉമ്മതാ." സേവിയോ അവളുടെ റിബണിൽ പിടിച്ചുവലിച്ചു. സാഞ്ചിലി തേനൊലിച്ച ചുണ്ടുകൾകൊണ്ടും പല്ലിളകിയ തൊണ്ണുകൊണ്ടും സേവിയോയുടെ കറുത്ത കവിളിൽ ഇറുമ്മി.

"മ്മ്മ് മ്മാ... ഹ്..." കവിളിൽ പറ്റിയ ഈത്ത തുടച്ച് സേവിയോ കൈ നീട്ടി.

"കൊണ്ട്രീ." സാഞ്ചിലി കൈയിൽ ഒളിച്ചുവച്ച ചാന്തുകുപ്പി തുറന്നു.

"ഷ്ഷ്.... അമ്മേന്റ്യാ" സാഞ്ചിലി കള്ളത്തരം കാണിച്ചുകൊണ്ട് രഹസ്യ സ്വരത്തിൽ പറഞ്ഞു.

"എപ്പം ചോയ്ച്ചാലും അപ്പൻ തരൂല്ല. ഇന്ന് പക്ഷേ, ഇട്ത്തപ്പം ഒന്നും മിണ്ടില്ലാ." സാഞ്ചിലി തുണിക്കഷണം ചാന്തുഡപ്പിയിൽ മുക്കി.

"സോവ്യേട്ടോ ദ് മണത്തേ ദ്ന്റെ അമ്മിച്ചീന്റെ മണാ.." അവർ ചുവപ്പിറ്റുന്ന കൊടിമണത്തു. ഈർക്കിളിൽ കോർത്ത് അത് പിന്നെ മണൽക്കൊട്ടാരത്തിന്റെ തലയ്ക്കൽ നാട്ടി.

"പാറട്ടെ പാറട്ടെ വിപ്ലവ് പതാവ പാറട്ടെ..." സേവിയോ ഉറക്കെ പാടി.

"പെന്ന്യേയ് സേവ്യട്ടോ.."

"മ്ഹും?"

"ഇന്റമ്മിച്ചിയേ ഇന്തുവാ. അറയോ അദ്?"

"ഇന്തൂച്ചാല്?"

"ഇന്ത്യന്നെ പള്ളിപ്പോവൂല."

"ഓ അപ്പം നെന്റപ്പൻ കുഞ്ഞിപ്പാലുചേട്ടനും സഖാക്കളുമൊക്കെ ഇന്തുക്കളാ. പള്ളീ പോവൂലല്ലോ."

ഒരു നിമിഷം സാഞ്ചിലിക്കുത്തരംമുട്ടി. ദേഷ്യം വന്ന് അവളെഴുന്നേറ്റു നിന്നു. ഷിമ്മീസ് പൊക്കി മൂക്കു തുടച്ചു.

"ആനമല ശബരിമല വെട്ട് വെട്ട് വെട്ട്." പിന്നീട് ഒരു വെള്ളത്തുമ്പി പോലെ കടൽക്കാറ്റിനൊപ്പം അവൾ പുരയ്ക്കകത്തേക്ക് ഓടിപ്പോയി.

വീട്ടിനകത്ത് പുകയും അപരിചിതരുമുണ്ടായിരുന്നു. കലങ്ങിയ കണ്ണുതുറന്ന് സാഞ്ചിലി കുന്തിരിക്കപ്പുക മണത്തു. മറ്റു മുറികളിൽ ബീഡിപ്പുക നിറഞ്ഞിരുന്നു. വരാന്തയിലാകട്ടെ കപ്പേളയ്ക്കു മുമ്പിൽ വെന്ത പ്ലാസ്റ്റിക്കിന്റെ മയക്കപ്പുക. അപ്പൻ മുറിയിലുണ്ടായിരുന്നില്ല. ഉമ്മറത്തായിരുന്നു.

"ആൗവ് എത്ത്യോ സർക്കീട്ട്കാരി മ്പാങ്ങട്ട് എവ്ട്യാർന്ന് ശവേ്യയ്?" എളേപ്പൻ ദേഷ്യത്തോടെ അവളുടെ ചെവിപിടിച്ചു നുള്ളി. "നട്ക്കേട്യേയ്ങ്ങട്ട്." അയാൾ വാശിയോടെ അവളെ ശവവണ്ടിക്കടുത്തേക്കുന്തി.

ചുവന്ന കൊടി നാട്ടിയ വലതുഭാഗത്തായി സാഞ്ചിലി നടന്നു. സിമിത്തേരിവരെ സംസാരിക്കുകയായിരുന്നു സഖാക്കൾ. ചുവന്ന കൊടി പുതച്ച കുഞ്ഞിപ്പാലു സഖാവ് മാത്രം സംസാരിച്ചില്ല.

"മോളെ സാഞ്ച്ല്യേയ് വിള്ളട്യേയ് ങ്കിലാബ്." എന്ന് അവളോട് ദുർബ്ബലമായ സ്വരത്തിൽ ആവശ്യപ്പെട്ടില്ല. അപ്പൻ ആകാശത്തേക്കാളും സമുദ്രത്തെക്കാളും നീലിച്ചു വിളർത്ത് ഐസിലിട്ട പഴമീൻപോലെ മരച്ചത് സാഞ്ചിലി കണ്ടു. കോടിപ്പോയ ചുണ്ടുകളിൽ ഒരു ഇങ്കിലാബ് കലങ്ങിപ്പോയത് അവൾ കണ്ടു. അവൾ കൈയിലിരുന്ന ചാന്തുഡപ്പി മണത്തു. അപ്പന്റെ ക്ഷീണിച്ച നെഞ്ചിൽ കിടന്നു നിലവിളിക്കാൻ അവൾക്കു തോന്നി.

കടൽക്കരയിലൂടെ വിലാപയാത്ര വരുന്നതു കുന്തിച്ചിരുന്ന കുട്ടിവറീത് കണ്ടു. ചെവിത്തീയാന്റെ ചവിട്ടിൽ തന്റെ മൂത്രസഞ്ചി കലങ്ങിപ്പോയെന്ന് അയാൾക്കു തോന്നി. രക്തനിറം കലർന്ന മൂത്രം അയാളുടെ അടിവസ്ത്രത്തെ നനച്ചുകൊണ്ടു തുള്ളിതുള്ളിയായി പോയി.

"കണ്ട കമ്മൂണ്ഷ്ട്ടോൾക്കാണ്ടാ നീ പള്ളിപ്പറമ്പില് കുഴി കുത്ത്യേ." ചെവിത്തീയാൻ കുട്ടിവറീതിന്റെ മുഖത്ത് വിരൽമടക്കി ഇടിച്ചു.

"തൊഴിലാളി രാജ്യം പ്ഫ വണ്ടി തടേടാ.." അയാളുടെ ആജ്ഞ കേട്ടു പത്തുപതിനഞ്ചുപേർ സിമിത്തേരിയുടെ കവാടത്തിൽ വിലാപയാത്ര തടഞ്ഞു.

"കൊണ്ടോയ് ചൂട്ടൂഡോ? ന്തുക്കളെ ശ്മശാനാ, കടപ്പറാ ഒക്കില്ല്യേയ്. ന്തുട്ട് മറ്റേനാണ്ടാ പള്ളിപ്പറമ്പിൽക്ക് കെട്ടിട്ത്തത്?"

സഖാക്കൾ കടൽപോലെ ഇരമ്പിയെങ്കിലും അതു ശ്രദ്ധിക്കാതെ ക്ഷമയോടെ മുമ്പോട്ടു നടന്നു.

"എന്താണ്ടാ നായ്ക്കളെ ചെവി പൊട്ട്യാ?" ചെവിത്തീയാൻ അലറിക്കൊണ്ട് ശവവണ്ടി പിടിച്ചു പുറകോട്ടാഞ്ഞുതള്ളി.

"അപ്പാ..." സാഞ്ചിലി അടികൊണ്ട മാതിരി നിലവിളിച്ചു. സഖാക്കൾക്കു പിടിക്കാൻ സാധിക്കും മുമ്പേ ശവവണ്ടി ചരിഞ്ഞു. കുഞ്ഞിപ്പാലു

സഖാവ് കൈക്കുള്ളിൽ തിരുകിവച്ചിരുന്ന ഈ മ. ഔ. എന്നെഴുതിയ മരക്കുരിശും നെഞ്ചത്തുവച്ച ചുവന്ന ബൊക്കയും വീണു. നീരുവന്നതിനാൽ നാറുന്ന പാൽക്കട്ടിപോലെ ചീർത്തിരുന്ന സഖാവിന്റെ ശരീരം ഒന്നിളകി. അഞ്ചാറു റീത്തുകൾക്കൊപ്പം ശവപ്പെട്ടിയിൽനിന്നു വേർപെട്ട് അതു നിലത്തുവീണു. ചെങ്കൊടി മാത്രം ആണിയിൽ തൂങ്ങിനിന്നു. കടലിൽനിന്നടിച്ച മൺസൂൺ കാറ്റിൽ അത് ആകാശത്തേക്ക് പാറുകയും ആണി വിട്ട് സഖാവിന്റെ മുഖത്തേക്കു വീഴുകയും പതുക്കെ അയാളുടെ മുഖം ചെങ്കൊടിയിൽ താഴ്ത്തുകയും ചെയ്തു.

"അപ്പച്ചാ..." സാഞ്ചിലി ആർപ്പിട്ടു. പാർട്ടിക്കാർ സ്തബ്ധരായി. "സഖാവേ.." തൊഴിലാളിസ്ത്രീകൾ നെഞ്ചത്തടിച്ചു.

"തെമ്മാടിക്കുഴീണ്ട് അപ്രത്ത്.." സിമിത്തേരി ഗേറ്റ് താഴിട്ടുകൊണ്ട് ചെവിത്തീയാൻ പറഞ്ഞു.

"തൂഫൂ ശവം." അയാൾ ചെങ്കൊടിയിലേക്ക് ആഞ്ഞു തുപ്പി.

ആ ചെവിത്തീയാനാണിപ്പോൾ അതേ ചെവിത്തീയാൻ. അന്നു ചെവിത്തീയാൻ നെഞ്ചിൽ വച്ചുപോയ ലോഹക്കട്ട ഉരുകിത്തിളയ്ക്കുന്നതായി സാഞ്ചിലിക്കു തോന്നി. അവൾ കുശിനിമുറയുടെ വാതിലിൽ തട്ടിനോക്കി. പുറത്തുനിന്നും തഴുതിട്ടതിനാൽ വാതിൽ കടകടയെന്നു വെറുതെയടിച്ചു.

കന്യാസ്ത്രീകൾ തല്ലിയതിനാൽ അവളുടെ വലങ്കവിളിൽ വിരലടയാളങ്ങൾ വളർന്നിരുന്നു. സ്കൂളിൽനിന്നും ഉച്ചയ്ക്കു വിളിപ്പിച്ചുകൊണ്ടുവന്ന് അവളെയവർ പൂട്ടിയിട്ടു. മുറുകിയ യൂണിഫോമിനുള്ളിൽ സാഞ്ചിലിയുടെ നെഞ്ച് ചുരുട്ടിയ മുഷ്ടികൾപോലെ വന്നിടിച്ചുകൊണ്ടിരുന്നു.

ചെവിത്തീയാനെ സാഞ്ചിലിക്കറിയാം. ചുവന്ന ചെവിയും പൂയ്യാപ്പളക്കോരയുടെ നിറവുമുള്ളവൻ. സാഞ്ചിലിക്ക് ഉടൽ വിറച്ചു. അവളുടെ സ്കൂളിലെ പെൺകുട്ടികളെ പലേടത്തും അയാൾ ഉപദ്രവിച്ചിട്ടുണ്ട്. രോമങ്ങൾ കൊഴുത്ത നെഞ്ച്. പുതപ്പിലൂടെ നീണ്ടുപോകുന്ന എലിക്കുഞ്ഞിനെപ്പോലെ പേശികൾ മുഴുത്തുരുണ്ട നഗ്നമായ കൈകാലുകൾ മൂക്കിൻതുമ്പിൽ തിളങ്ങി നിൽക്കുന്ന മുത്തുമണിവിയർപ്പ്. വശത്തേക്കു കൂർത്ത ചെങ്കണ്ണുകൾ. മാനം നോക്കുന്ന മടവാൾ പുരികങ്ങൾ. സാഞ്ചിലി ഡ്രിൽ പീരിയഡിൽ ഇന്നലെയും ചെവിത്തീയാനെ കണ്ടതാണ്. പൊളിഞ്ഞ പഴയ സ്കൂൾ കെട്ടിടത്തിനുള്ളിൽ ഒമ്പതാം ക്ലാസിലെ മറിയയോടൊപ്പം അയാളെ സാഞ്ചിലി കണ്ടതാണ്.

ആവില സിസ്റ്റർ കഞ്ഞികുടിക്കാനായി വന്നപ്പോഴാണ് കുശിനിമുറി തുറക്കപ്പെട്ടത്. സാഞ്ചിലി മണ്ണുപുരണ്ട യൂണിഫോമോടെ സിസ്റ്ററെ കെട്ടിപ്പിടിച്ചു. പ്രായാധിക്യം കാരണം വരകളും ചുളിവുകളും വീണ കൈകളിൽ പിടിച്ച് സാഞ്ചിലി നിലവിളിച്ചു. പീള കെട്ടിയ സിസ്റ്ററുടെ കണ്ണുകളിൽ ജലം പൊടിഞ്ഞു.

“പതിന്നാല് വയസ്സല്ലേ ആയൊള്ളൂ മോളെ? സേവിയോന്റൊപ്പം എറക്കി വിടാന്നാച്ചാ..”

“അല്ലാച്ചാ ന്നെ ചെവിത്തീയാൻ കൊണ്ടോകും.”

അവൾ സിസ്റ്ററുടെ തോളിൽ കിടന്നു കരഞ്ഞു. ആവിലസിസ്റ്ററും കരഞ്ഞു. ആവിലസിസ്റ്ററിനു സാഞ്ചിലിയെ അറിയാം. സിമിത്തേരി വാതിൽക്കൽ ചിറകൊട്ടിപ്പോയ നനഞ്ഞ പൂത്തുമ്പിയെപ്പോലെ കമ്മീസ് കാലിനിടയിൽ തിരുകിനിന്ന് സാഞ്ചിലി നിലവിളിക്കുകയായിരുന്നു.

നിലത്തുവീണപ്പോൾ കുഞ്ഞിപ്പാലു സഖാവിന്റെ ചീർത്ത ദേഹം പൊട്ടിച്ചീന്തിപ്പോയിരുന്നു.

“ഇന്റപ്പനു നോവ്വോ.” സാഞ്ചിലി അപ്പന്റെ നെഞ്ചത്തിലേക്കു മുഖം കുനിച്ചു. അമ്മയുടെ മണമുള്ള നെഞ്ച് ആകാശത്തുനിന്നും വഴുക്കിവ ഴുക്കി ചാറ്റൽമഴ വീണു.

“മഴ്യാ ചാറ്. വെള്ളപ്പം പൊന്തുട്ടാ. ദ് വച്ചോണ്ടിരിക്കാമ്പറ്റല്ലാ. നാറാൻ തൊടങ്ങ്യാ മ്പളാ കുട്ങ്ങാ...” സാഞ്ചിലിയുടെ എളേപ്പൻ എല്ലാരോടുമായി പറഞ്ഞു.

“തെമ്മാടിപ്പറമ്പ് മതി. ചേട്ടായിക്ക് അത്നെന്നേ യോഗള്ളൂ.” സിമിത്തേരി മതിലിനടുത്തുള്ള കടൽത്തീരമായിരുന്നു തെമ്മാടിപ്പറമ്പ്. തെമ്മാടിപ്പറമ്പിലേക്ക് അഴുകിയ നെഞ്ചുമായി ചത്ത കടൽനാക്കുകളെയും ജീവികളെയും കൊണ്ടു തിരകൾ കയറിവന്നു. വയലറ്റു നിറമുള്ള തോടുകളുമായി ജീവനുള്ള കക്കകൾ, ഇറുക്കുകാലുമായി തെമ്മാടിപ്പറമ്പിലേക്ക് ആണ്ടുപോകുന്ന ഞണ്ടുകൾ. പായൽ പൂത്ത പച്ചവഴുപ്പിന്റെ സമൃദ്ധിയുമായി സിമിത്തേരി മതിൽ. ആ മതിലിൽ ചാരിനിന്ന് അടക്കം കഴിയുവോളവും സാഞ്ചിലി ഏങ്ങിക്കൊണ്ടിരുന്നു.

“കമ്യൂണിഷോം ഇന്തുക്കളുമായി കല്യാണോം ബെഷ്റ്റ് ബെഷ്റ്റ്...” സാഞ്ചിലിയുടെ എളേപ്പൻ പല്ലിടയിൽനിന്നും അവശിഷ്ടങ്ങൾ കുത്തിയെടുത്തു.

“ബാധ്യത ഏക്കാനെയ് വയ്യാട്ടാ ആരാച്ചാ കൊണ്ടായ് വളർത്തിക്കോ...” അയാൾ കൈയിലിരുന്ന ഈർക്കിളി മണപ്പിച്ചുനോക്കി വലിച്ചെറിഞ്ഞു.

ആവിലസിസ്റ്ററാണ് സാഞ്ചിലിയെ ഏറ്റെടുത്തത്. “ചെ കുട്ട്യല്ലേദ്... അങ്ങനെ പറഞ്ഞാണ് സിസ്റ്ററവളെ വാരിയെടുത്തത്. കോൺവെന്റിന്റെ അടുക്കളപ്പുറത്ത് വന്നിടിക്കുന്ന കടൽജലം കാണിച്ചും ഉച്ചയ്ക്ക് കടലിൽ പൊന്തിയ ഡോൾഫിനുകളുടെ വെകിളി കാണിച്ചും കൊമ്പൻ സ്രാവുകളെപ്പോലെ ഉരുണ്ടുവരുന്ന ചില തിരകൾ സിമിത്തേരി മതിൽ ചാടി കുരിശുകളെ വന്നുമൂടി ചിതറിപ്പോകുന്നതു കാണിച്ചും സിസ്റ്ററവളെ വളർത്തി.

വളർന്നപ്പോൾ കുശിനിമുറിയിലിരുന്ന് പാചകം ചെയ്യാനും ആവില സിസ്റ്ററവളെ പഠിപ്പിച്ചു. പന്നിയിറച്ചി രാകി അവൾ സൂപ്പുവച്ചു. കറിമൂസ പൊട്ടിച്ച് ഒരു മൊളകൂഷ്യം. പിന്നെ നാരകപ്പഴംകൊണ്ട് കയ്ക്കുന്ന കടുക

യ്ക്കുന്ന ഒരച്ചാറും. സാഞ്ചിലിയുടെ പതിവുകൾ സിസ്റ്ററിനറിയാം. ആവിലസിസ്റ്റർ പ്രൊവിൻഷ്യാളമ്മയുടെ കസേരയിലിരുന്നു നോക്കുമ്പോഴെല്ലാം സിമിത്തേരി പറമ്പിലേക്കു വിരിഞ്ഞുനിൽക്കുന്ന നാരകമരത്തിന്റെ ചുവട്ടിൽ സ്കൂൾ വേഷത്തിൽ സാഞ്ചിലി തോട്ടി കെട്ടുന്നുണ്ടാകും. പിന്നെ മതിലിനപ്പുറം ഉയരുന്ന കുഴിവെട്ടുകാരൻ സേവ്യോ ചെറുക്കന്റെ കറുത്ത മുഖം. അവൻ പതിയെ മതിലിൽ കേറുന്നു. നാരകം പൊട്ടിക്കുന്നു. നാരകപ്പഴത്തിലുമ്മവയ്ക്കുന്നു. സാഞ്ചിലിക്കു കൊടുക്കുന്നു.

"വെല്തായാ സേവ്യേട്ടൻ ഇന്നെ കല്യാണം കഴിക്കും സെസ്റ്ററേ..." ആവില സിസ്റ്റർക്കു പെട്ടെന്നു ഭയം തോന്നി. അവർ കഞ്ഞിപ്പാത്രം നീക്കിവച്ചു.

"എല്ലാർക്കും അറിയാം. ന്നട്ടും പ്രൊവിഷൻഷ്യാളമ്മ ഒന്നും അറിയാത്ത മാതിരി എന്നെത്തല്ലി. ഞാനൊന്നും ചെയ്തില്ല സിസ്റ്ററെ സേവ്യേട്ടൻ ഉമ്മവച്ച നാരകപ്പഴം വാങ്ങി. അത്രതന്നെ."

"കരയണ്ടെയ് നെന്നെ സിസ്റ്റർക്കറിയാം." നരച്ച മുടി വെയ്ലിനുള്ളിലേക്കു തിരുകി സിസ്റ്റർ പുറത്തേക്കു പോയി.

രാത്രി വൈകുവോളം പുറത്തുനിന്നും ഓടാമ്പലിട്ട് കുശിനിമുറിയിലിരുന്ന് യൂണിഫോം മാറുകപോലും ചെയ്യാതെ സാഞ്ചിലി പാത്രം തേച്ചു. പുറത്തു കടലിൽ വേലിയേറ്റമാണെന്നവൾക്കു തോന്നി. ചാന്ദ്രവെളിച്ചത്തിൽ തുളുമ്പി മേൽപ്പോട്ടു പൊന്തുന്ന സമുദ്രം പച്ചനിറവും നീലനിറവും വെടിഞ്ഞ് നിലാനിറത്തിൽ ഇരമ്പുന്നു.

കുശിനിയോടാമ്പൽ നീക്കി ആവിലസിസ്റ്റർ കയറിവന്നു: "പൊക്കോ, പോയി രക്ഷപ്പെട്ടോ..." സിസ്റ്റർ നിലവിളിക്കുന്നുണ്ടെന്ന് സാഞ്ചിലിക്കു തോന്നി.

"സൂക്ഷിക്കണം വറീതേ. ചെവിത്തീയാൻ കണ്ണുവെച്ചതാ. സൂക്ഷിക്കണം."

സാഞ്ചിലി കുശിനിമുറിയിലെ മരപ്പെട്ടിയിൽനിന്നും പ്ലാസ്റ്റിക് കവറെടുത്തു. അതിലൊളിച്ചുവച്ച ചെങ്കൊടിയെടുത്തു മണത്തു.

"എടേയ് കമ്യൂണിസ്റ്റ്കാരി വേഗം പോടീ..." ആവിലസിസ്റ്റർ പതിഞ്ഞ സ്വരത്തിൽ പറഞ്ഞു.

കുട്ടി വറീത് ടോർച്ച് തെളിച്ചു. നാരകമരത്തിനു ചുവട്ടിൽ സേവിയോ നിൽക്കുന്നുണ്ടായിരുന്നു.

"ത്തെമ്മാടിത്തൊട്ട്യേയ് പൂവാം..." കുട്ടിവറീത് തെമ്മാടിപ്പറമ്പിലൂടെ നടന്നു. ചുറ്റിലും തലയ്ക്കൽ കുരിശില്ലാത്ത രക്തസാക്ഷികൾ ഉറങ്ങിക്കിടന്നു. അപ്പനെ അടക്കിയ സ്ഥലത്ത് ഒരു കാട്ടുപൂവ് വിടർന്നു ചുവന്നിരിക്കുന്നത് സാഞ്ചിലി കണ്ടു.

"ഇങ്ക്വിലാബ് സിന്ദാബാദ്..." അവൾ കൈകൾ വായുവിലേക്കു ചുരുട്ടി. അകാരണമായ ഒരു നിലവിളി നെഞ്ചിലെവിടെയോ കൊളുത്തിക്കിടന്നു.

ചെവിത്തീയാൻ ഒരു മൂർഖൻ പാമ്പിനെപ്പോലെ മുളന്തട്ട മറഞ്ഞു വഴിയിൽ പതുങ്ങിയിരുന്നു. സ്കൂൾ വിട്ട് വരുന്ന കുട്ടികൾക്കൊപ്പം സാഞ്ചിലിയില്ലെന്നതയാളെ വെകിളിപിടിപ്പിച്ചു.

"എമ്പടെ ഒളിച്ചാലും ചെവിത്തീയാൻ അവളെ പൊക്കും..." അയാൾ ചാരായക്കുപ്പി തൊണ്ടയിലേക്കു കമിഴ്ത്തി. "വെറ്തെ വിടാമ്പറ്റില്ലടാ. ചെവിത്തീയാനവളെ വേണം..." അയാൾ വിരൽകൊണ്ട് ചുണ്ടുകളുരസി.

"അവളെവിടിണ്ടാവൂടാ?" അയാൾ ഓർത്തു.

"വാടാ വാ..." അയാൾക്കു പെട്ടെന്ന് സേവിയോയെ ഓർമ്മവന്നു.

സേവിയോയും സാഞ്ചിലിയും അകത്തെ മുറിയിലിരുന്നു പ്രണയദിന പ്രത്യേക ചലച്ചിത്രഗാനങ്ങൾ കേൾക്കുകയായിരുന്നു. തൃശൂരൊരു കോൺവെന്റിലേക്കു സാഞ്ചിലിയെ മാറ്റാനായി കുട്ടി വറീത് പള്ളിമേടയിലേക്കു പോയിരുന്നു.

വാതിൽ ചവിട്ടിത്തുറന്നാദ്യം കയറിവന്നത് ചെവിത്തീയാനായിരുന്നു. അയാൾ വായ് തുറന്നു ചിരിച്ചു. മുറുക്കാൻ നീരിൽ മുങ്ങിയ ചുവന്ന പല്ലുകൾ കണ്ട് സാഞ്ചിലിക്കു ഭയം തോന്നി.

"വാടീ നായിന്റെ മോളേ... ചെവിത്തീയാൻ കാമം പുരണ്ട ചുണ്ടുകളോടെ അവളുടെ കവിളിൽ പിടിച്ച് ജനൽക്കമ്പിയിൽ വച്ചിടിച്ചു. സാഞ്ചിലിക്ക് തല തകർന്നതുപോലെ തോന്നി. കൂമ്പിയിരുന്ന അവളുടെ ചെറിയ നെഞ്ചിൽ കൈപ്പടം വച്ച് അയാൾ അമർത്തി ഞെരിച്ചു.

സേവിയോയെ ഏഴെട്ടുപേർ ചേർന്നു തല്ലുന്നത് സാഞ്ചിലി കണ്ടു. ചെവിത്തീയാൻ സാഞ്ചിലിയെ വട്ടം ചുറ്റിയെടുത്ത് വള്ളപ്പുരയിലേക്കു നടന്നു.

കുട്ടിത്തം മാറാത്ത അവളുടെ ചുണ്ടുകൾ അയാൾ പല്ലുകൾ കൊണ്ടു കടിച്ചെടുത്തു. പ്രാണൻ പറിഞ്ഞുപോയതുപോലെ തോന്നി സാഞ്ചിലിക്ക്. ശൈശവത്തിന്റേതായ അമ്പരപ്പും ഭയവും മാറുന്നതിനു മുമ്പ് ഉറച്ച ഭൂമിയിലേക്ക് കുറ്റിയടിച്ചു താഴ്ത്തിയ കഠിനവേദനയിൽ സാഞ്ചിലി ഉറക്കെ നിലവിളിച്ചു.

ജനലിലൂടെ, ആരോ ഒരാൾ സേവിയോയുടെ തലയ്ക്കു തുഴ വീശിയടിക്കുന്നത് സാഞ്ചിലി കണ്ടു. തല പൊട്ടുന്നതിന്റെ ശബ്ദം കേട്ടു. കാശിത്തുമ്പ വിത്തു പൊട്ടുമ്പോലെ. ചേറുപോലെ വെളുത്ത തലച്ചോറ് കട്ടച്ചോരയ്ക്കൊപ്പം കലങ്ങിമറിഞ്ഞ് കലണ്ടറിലേക്കു ചിതറിവീണു. ഫെബ്രുവരി പതിന്നാല് എന്ന ദിവസം ചോര പടർന്നു ചുവന്നു മാഞ്ഞത് സാഞ്ചിലി കണ്ടു. സേവിയോവിന്റെ വലിയ കണ്ണുകളിലേക്കു ചോര കിനിയുന്നു.

"എന്റെ അപ്പച്ചാ..."

സാഞ്ചിലിയുടെ നിലവിളി ഉള്ളിലെവിടെയോനിന്ന് അമർന്നുപോയി. കിതപ്പിന്റെ കടൽ പതയ്ക്കുന്ന ശബ്ദം, നുരയ്ക്കുന്ന ശബ്ദം. ചെവിത്തീയാന്റെ തളർന്ന മുഖം സാഞ്ചിലിയുടെ കുഞ്ഞു നെഞ്ചിലേക്കമർന്നു താണു.

“ആഘോഷിക്കെടാ...” ചെവിത്തീയാൻ എഴുന്നേറ്റു: “ആഘോഷം കഴിഞ്ഞിട്ടും ചത്തില്ലെങ്കിൽ നമ്മക്കിവളെ ജീവനോടെ കുഴിച്ചുമൂടാം.”

നാരകമരത്തിന്റെ ചുവട്ടിലാണവർ കുഴി കുത്തിയത്. അരയാൾ താഴ്ചയിൽത്തന്നെ ഉറവ പൊട്ടി കടൽജലം നിറഞ്ഞു. മുമ്പടക്കം ചെയ്ത ആരുടെയോ തലയോടിന്റെ പൊട്ടുകഷണം ജലത്തിൽ പൊന്തിക്കിടന്നു. ചന്ദ്രബിംബം ഒരു നാരങ്ങാത്തോടുപോലെ കുഴിവെള്ളത്തിൽ കിടന്നിളകി. ആദ്യം സേവിയോയെ കുഴിയിലിട്ടു. പിന്നെ സാഞ്ചിലിയെ. അതിനു ശേഷം അവർ ധരിച്ചിരുന്ന പിഞ്ഞിപ്പോയ ബോംബെ ഡൈയിങ് യൂണിഫോം.

“കൊല്ലല്ലേ...” സാഞ്ചിലി ദുർബലമായ ശബ്ദത്തിൽ കരഞ്ഞു. കുഴിയിൽ ഇരുന്നുപോയെങ്കിലും അടുത്തനിമിഷം അവളെഴുന്നേറ്റുനിന്നു.

“ടീ...” ചെവിത്തീയാൻ കാലുകളുയർത്തി അവളെ ചവിട്ടി.

“കെടക്കെടി ജീവനോടെ...” സാഞ്ചിലിയുടെ ചെറിയ കഴുത്ത് വലതു ഭാഗത്തേക്കൊടിഞ്ഞുതൂങ്ങി.

“വേണ്ട, കൊല്ലണ്ട..” അവൾ വീണ്ടും കുഴിയിൽനിന്നെഴുന്നേറ്റു. ചെവിത്തീയാൻ കാലുകൊണ്ട് അവളുടെ തലയമർത്തി ആഞ്ഞുതൊഴിച്ചു. കുഴിക്കുള്ളിലെ പാറത്തുണ്ടിൽ തലയിടിച്ച് സാഞ്ചിലിയുടെ കണ്ണുകൾ മലർന്നുപോയി.

“കോരിട്രാ നോക്കി നിക്കാണ്ട്...” സാഞ്ചിലിയുടെ മുഖത്തേക്ക് നനഞ്ഞ പൂഴിമണ്ണ് വീണുതുടങ്ങി.

“രക്ഷിക്കണം...” സാഞ്ചിലി എഴുന്നേറ്റ് നിന്നു.

“മാപ്പു തരണം...” അവൾ ചെവിത്തീയാന്റെ കാലു പിടിച്ചു. വേലിയേറ്റത്തിൽ ഉയർന്ന ഒരു തിര നാരകമരത്തിനടുത്ത് വന്നു കുഴിക്കുമീതെ മഴപോലെ പെയ്തതും സാഞ്ചിലി ചെവിത്തീയാന്റെ വലതുകാലിൽ അമർത്തിക്കടിച്ചു.

“മുടിഞ്ഞുപോകും...” അതിദുർബ്ബലമായ ശബ്ദത്തിൽ പറഞ്ഞ് സാഞ്ചിലി കുഴിയിലേക്കുതന്നെ പിടിവിട്ടു വീണു. സേവിയോവിന്റെ മുഖം നഗ്നമായ നെഞ്ചിൽ ചേർത്ത് അമർത്തിപ്പിടിച്ച് അവളവന്റെ പൊട്ടിപ്പോയ നെറ്റിയിലും ചോരപറ്റിയ കവിളത്തും മുറിഞ്ഞുപോയ ചുണ്ടിലും മാറി മാറി ഉമ്മവച്ചു.

ചെവിത്തീയാൻ ഭ്രാന്തെടുത്തതുപോലെ മണ്ണുകോരി കുഴിയിലിട്ടു. കുഴിമൂടിക്കഴിഞ്ഞിട്ടും അതിനുള്ളിൽനിന്നും ചുംബനശബ്ദം കേൾക്കുന്നതായി ചെവിത്തീയാനു തോന്നി.

“മുടിഞ്ഞുപോകും..” കുഴിക്കുള്ളിൽനിന്നും ശാപവചനം വീണ്ടും അയാൾ കേട്ടു. കടൽത്തീരത്തെ റിസോർട്ടിൽ പ്രണയദിനാഘോഷങ്ങളുടെ ഭാഗമായി അമിട്ടുകൾ തുരുതുരാ മാനത്തേക്കു പൊട്ടി.

പാമ്പുകടിച്ചതുപോലെ ചെറുതായിരുന്നു മുറിവ്. കമ്യൂണിസ്റ്റുകാരന്റെ കണ്ണീരുപോലെ പല്ലടയാളത്തിൽനിന്നും ഓരോ തുള്ളി ചോര കിനിഞ്ഞു.

"പണ്ടാരം ചാകാൻ നേരത്താ കടി.."

പ്രണയരാത്രി കൂടുതൽ ഇരുണ്ടു. ഒരു കൂമൻ നാരകച്ചെടിയിലിരുന്ന് നിലവിളിച്ചു. ആകാശത്ത് സപ്തമിവേലിയിരുന്ന ചന്ദ്രനെ ഒരു കറുത്ത മേഘപടലം പതുക്കെ മൂടി.

രാത്രികളിലാണ് കുഴപ്പമുണ്ടായത്. മുറിവിനകത്തുനിന്നും സൂചിക്കുത്തുപോലെ വേദനയുടെ വേരുകൾ പുറത്തേക്കു പടർന്നു. ഉണക്കമുന്തിരി നിറത്തിൽ പുതുതോൽ പൊടിച്ച കാൽത്തണ്ടയിൽ വിഷത്തരിപ്പുപോലെ തോന്നി ചെവിത്തീയാന്. അയാൾ നഖംകൊണ്ടു കാലിൽ മാന്തി. ചുവന്ന നിറത്തിൽ ഒരു രക്തത്തുള്ളി കണ്ണു മിഴിച്ചു.

അകാരണമായ ഒരു ഭീതി അയാൾക്കുള്ളിലുറഞ്ഞു.

"പാമ്പാ കടിച്ചേ?" ഡിസ്പെൻസറിയിലെ ഡോക്ടർ ചെവിത്തായാനോട് ചോദിച്ചു.

"എപ്പഴാ കടിച്ചത്?"

"ഒരു വർഷത്തിന്റട്ത്തായി..." ഡോക്ടർ മുഖമുയർത്തി അത്ഭുതത്തോടെ അയാളെ നോക്കി. അയാൾ പെട്ടെന്നുതന്നെ ചെവിത്തീയാനെ തിരിച്ചറിഞ്ഞു. കഴിഞ്ഞ രണ്ടു വർഷങ്ങളിലും അയാൾ പഴുത്ത മുറിവുമായി ഡോക്ടറെ കാണാൻ വന്നിരുന്നു. ചെവിത്തീയാൻ ക്ഷീണിതനും ആശങ്കാകുലനുമായി മുഖം കുനിച്ചിരുന്നു.

"പട്ടിയും പാമ്പുന്നൊല്ല കടിച്ചത്... പെങ്കുട്ട്യാ..."

"മ്..." ഡോക്ടർ സ്റ്റെത്ത് കഴുത്തിൽ തൂക്കി. ചെവിത്തീയാനു ചെറുതായി ഭ്രാന്തുണ്ടെന്നു ഡോക്ടർക്കു തോന്നി.

"എപ്പഴാണിത് പഴക്കണത്?"

"ഫെബ്രൂരില്..." ചെവിത്തീയാന്റെ നട്ടെല്ലിലൂടെ ഭയം പാഞ്ഞുകയറി. പക്ഷേ, തുറയിലയാൾ ധൈര്യം കാണിച്ചുതന്നെ നടന്നു. അങ്ങാടിയിൽ വൈകുന്നേരം സംഘടിക്കുന്ന തൊഴിലാളികളെത്തല്ലിയും രക്തസ്നാതമായ ചെങ്കൊടി വലിച്ചുകീറിയും അയാൾ നാട്ടുകാരെ ഭയപ്പെടുത്താൻ ശ്രമിച്ചു. അപ്പോഴെല്ലാം മുറിവിലെ തീലോഹം പോലെ ഉരുകിത്തിളച്ചുകിടന്ന പഴുപ്പ് നിലത്തേക്കൊഴുകിയിറങ്ങുകയും കടൽത്തിരയും കടലും കടൽതൊട്ട സൂര്യനും പിന്നെ സാന്ധ്യാകാശവും ചുവപ്പിക്കുകയും ചെയ്തു.

ഓരോ ദിവസം കഴിയുന്തോറും തുറക്കാരിൽ വന്ന ഒരു മാറ്റം ചെവിത്തീയാൻ ശ്രദ്ധിച്ചു. താനൊരു കൊടുങ്കാറ്റുപോലെ വന്നും പോയുമിരുന്ന ഗ്രാമത്തിന് എന്തൊക്കെയോ വ്യത്യാസങ്ങൾ.

ആളുകൾ തന്നെ നോക്കി അടക്കം പറയുന്നു. പീക്കിരിപ്പിള്ളേർ മടൽബാറ്റുമായി തന്നെനോക്കി അമർത്തിച്ചിരിക്കുന്നു. നാരകമരവും കടന്നു വെള്ളക്കുതിരത്താനെപ്പോലെ ചെറുമത്സ്യങ്ങളുമായി ചാടിവരുന്ന കടൽത്തിരകൾ വെറുതെ അലറുന്നു.

ഡിസ്പെൻസറിയിലെ ഡോക്ടർക്ക് താക്കീത് നൽകാൻ സാധിക്കാത്തതിൽ അയാൾക്കു വിഷമം തോന്നി. അയാൾക്ക് പലപ്പോഴും പുറത്തേക്കിറങ്ങാൻ മടി തോന്നി.

അയാൾ ഇരുട്ടാണ് ആഗ്രഹിച്ചത്. വെളിച്ചം, വിള്ളൽ വീണ ഓട്ടുപാളികളിലൂടെ ഊർന്നിറങ്ങിയപ്പോൾ സാഞ്ചിലിയുടെ വെളുത്തു പതറിയ കടൽനീലക്കണ്ണുകൾ അയാൾക്ക് ഓർമ്മവന്നു.

കടൽത്തിരയുടെ വെള്ളിനിലാത്തിളക്കവും മീൻ ചെതുമ്പലുകളുടെ മുല്ലപ്രകാശവും അവളുടെ വെള്ളപ്പല്ലുകളുടെ നിറമോർമ്മിപ്പിച്ചു.

ഓരോ ശബ്ദവും-തോണിയിലെ പായ്മരക്കായയുടെ കാറ്റ് ശബ്ദവും സമു ദ്രത്തിനു മീതേ മെഴുകുരുകിത്തൂവുന്നപോലെ മഴവീഴുന്ന ശബ്ദവും ജലം ജലത്തിലുരസുന്ന മണിശബ്ദവും തന്റെതന്നെ നിശ്വാസശബ്ദവും അയാളെ അവളുടെ ദുർബലമായ ശബ്ദത്തെ ഓർമ്മിപ്പിച്ചു.

പുറത്തിറങ്ങുമ്പോഴാകട്ടെ അതുവരെ ഉടുത്തിരുന്ന മുക്കാൽ മുണ്ട്, അയാൾ താഴ്ത്തി പാദം മുട്ടിച്ചുടുത്തു.

‘‘ദെന്താപ്പം ഇന്തുക്കളെ രീതി. ചെത്തിയാൻ ഇന്തുവായാ?’’ ചെമ്മീൻ കമ്പനിയിലെ മാർത്ത ചെവിത്തീയാനെ പരിഹസിച്ചു. തൊണ്ടു തല്ലുന്ന ശോശ പൊട്ടിച്ചിരിച്ചു. ഇടത്തും വലത്തും കുന്തമുനകളാലും പിച്ചാത്തിത്തുമ്പാലും ചെവിത്തീയാനെ കാത്തുപോന്ന സംഘക്കാരും അതു കേട്ടു ചിരിച്ചു. അവർക്കെല്ലാം ചെവിത്തീയാനോട് സഹതാപ മായിരുന്നു.

“പ്രാന്തായോ?” ആരൊക്കെയോ രഹസ്യമന്വേഷിച്ചു.

‘‘ശരി അവളെ ബന്ധിക്കണോ?’’ മന്ത്രവാദിയുടെ അതേ ഉറപ്പി ല്ലാത്ത ഒരു ചോദ്യത്തിൽ നിന്നാണ് ചെവിത്തീയാനു മഹത്തായ ആ ആശയം കിട്ടിയത്. അയാൾ കൈയാലയിൽനിന്നും വള്ളങ്ങൾ പൂട്ടിയിടാ നുപയോഗിച്ചിരുന്ന തുടൽ പുറത്തെടുത്തു. ഒരു ബാൻഡെയ്ഡ് കെട്ടുന്ന സൂക്ഷ്മതയോടെ അയാൾ അതു മുറിവിൽ ചേർത്തു കെട്ടി. തുടലിന്റെ അറ്റം വീട്ടിനകത്തെ തൂണുകളിലൊന്നിൽ ബന്ധിച്ചു. അനന്തരം മുറി വിൽനിന്നും മോചനം കിട്ടിയ ഒരുവനെപ്പോലെ തുറയിലെ എല്ലാ ശില്പി കൾക്കും അസൂയ ഉളവാക്കുംവിധം പ്രതിമയെപ്പോലെ, മുട്ടുകൾക്കി ടയിൽ മുഖം പൂഴ്ത്തി കടൽജലം പൊന്തുന്നതും പ്രളയം വരുന്നതും കാത്ത് അയാളിരുന്നു.

ടൈഗർബാം

കങ്കാരുക്കുഞ്ഞിനെ നെഞ്ചിൽ ചുമന്നതുപോലെയാണ് അവളെ അയാൾ വളർത്തിയത്. ഇരുനിറമുള്ള അവളൊരു പഞ്ഞിത്തുണ്ടു പോലെ അയാളുടെ നെഞ്ചിൽ പറ്റിക്കിടന്നു. ഇടയ്ക്ക് കൺഞെട്ടി പ്രകാശത്തിലേക്ക് നോക്കി. ചിലപ്പോൾ മഞ്ഞൾ തൂവിയതുപോലെ അയാളുടെ നെഞ്ചിൽത്തന്നെ അപ്പിയിട്ടു. എട്ടുകാലി കൊഴുത്ത നീര് തുപ്പുന്നതുപോലെ അവൾ അയാൾ കൊടുത്ത കുപ്പിപ്പാൽ കക്കി, അയാളുടെ നഗ്നനെഞ്ചിൽ ചിലന്തിയുടെ ചിത്രവലകൾ നെയ്തു.

വാവേ വാവേ കുഞ്ഞുവാവേ.

അയാളവളെ കൊഞ്ചിച്ചു. അവൾക്ക് ഭാഷ അറിയാത്ത പ്രായത്തിൽ അവർ സംവദിച്ചിരുന്നത് നെഞ്ചിലെ ചൂടുകൊണ്ടായിരുന്നു. മാസം തികയാതെയാണ് അവളെ പ്രസവിച്ചത്. തലമുടിനാരോ നഖങ്ങളോ ഇല്ലാത്ത ഒരു അണ്ണാറക്കുഞ്ഞിനെപ്പോലുള്ള അവളെ അയാൾ ഇൻക്യുബേറ്ററിൽ കിടത്താനനുവദിച്ചില്ല. അവളുടെ അമ്മയുടെ മരണം അയാളുടെ നെഞ്ചിൽ ഒരു കനൽത്തുണ്ടം എരിച്ചിരുന്നു. അതായിരിക്കണം അയാളുടെ നെഞ്ചിൽ ഇത്ര ചൂടുണ്ടായത്.

അയാളുടെ ഹൃദയമിടിപ്പായിരുന്നു അവൾ കേട്ട ആദ്യത്തെ ശബ്ദം. അയാൾ അവൾക്ക് അച്ഛൻ മാത്രമായിരുന്നില്ല. അമ്മയും ഉയിരും സ്നേഹവും തന്നെയായിരുന്നു.

ഒരുവയസ്സാവുന്നതിനു മുമ്പാണ് ആദ്യമായി അവൾക്ക് കോച്ചിപ്പിടിത്തം ഉണ്ടായത്. കാലിലെയും മുഖത്തെയും ഉടലിലെയും, രക്തപേശികളിൽ സമുദ്രഗർജ്ജനത്തോടെ, ചോരയുരുണ്ടുകയറി പിൻവാങ്ങി. അഞ്ചാറു നിമിഷത്തേക്ക് ശരീരത്തിന്റെ ഒരു വശത്തേക്ക് രക്തയോട്ടം നിലച്ച് അവൾ നീലിച്ചു. അവളുടെ കൈകൾ കോടി 'ല' കാരത്തെ

ഓർമ്മിപ്പിച്ചു. കാലുകൾ സർപ്പ വളയങ്ങളായി. കഴുത്ത് വശത്തേക്ക് ചരിഞ്ഞു. നാവ് താണുപോയി. അയാൾ അവൾക്ക് പാല് തിളപ്പിക്കുകയായിരുന്നു. തൊട്ടിയിൽ കെട്ടിത്തൂക്കിയ മണി പാദസരത്തിൽ കിലുക്കം നിന്നപ്പോൾ അയാൾ വെറുതെ ഒന്നു ശ്രദ്ധിച്ചതാണ്. അയാൾ ഭയന്നുപോയി. അവളുടെ ചുണ്ടിൻ ചെരുവുകളിൽ പിരിഞ്ഞ പാൽ വെളുത്ത മഞ്ഞെന്നപോലെ താണു കിടന്നത് അയാൾ കണ്ടു. അവൾക്ക് കരയാൻ പോലും സാധിക്കുന്നുണ്ടായിരുന്നില്ല. പക്ഷേ, അയാൾ കരഞ്ഞു. ആരോ തല്ലിയതുപോലെ, ഭയന്നും വിറച്ചും അയാൾ കരഞ്ഞു.

വയനാട്ടിലെ പോലീസ് സ്റ്റേഷനുകളിൽ അയാൾ വെട്ടിയിട്ട കഴുത്തുകളോ കഷണിച്ചിട്ട പല്ലിയെപ്പോലെ പിടച്ചിരുന്ന വിരലുകളോ അയാളെ ഭയപ്പെടുത്തിയിരുന്നേയില്ല. പക്ഷേ, അവൾ...

ഡോക്ടറാണ് പറഞ്ഞത്, ധമനികളും സിരകളും ചുരുങ്ങിപ്പോകുന്ന ആ അസുഖത്തെപ്പറ്റി. പേടിക്കേണ്ട, പക്ഷേ, സൂക്ഷിക്കണം. ഡോക്ടർ നീണ്ട വിരൽകൊണ്ട് ടൈഗർബാമിന്റെ കുപ്പി തുറന്നു. പുതുതായി കടഞ്ഞ പാത്രത്തിന്റെ വക്കിൽ പുരണ്ട് തൂവെണ്ണത്തുണ്ടുപോലെ ഡോക്ടറുടെ വിരലുകൾക്കിടയിൽ ടൈഗർബാം അലിഞ്ഞു.

"ദാ ഇങ്ങനെ" അയാൾ ഉഴിയുന്ന വിധം കാണിച്ചുകൊടുത്തു. "ഇത് സർക്കുലർ നീഡിങ്" അയാൾ കുഞ്ഞിന്റെ കോടിയ വായ്ക്ക് ചുറ്റും വിരലുകൊണ്ട് വട്ടത്തിൽ ചുഴറ്റി. "ഇങ്ങനെ ഹാക്കിങ്." ഡോക്ടറുടെ വിരലുകൾ താളം കൊട്ടി, അവളുടെ കുഞ്ഞുടലിൽ ഉയർന്നുതാണു.

"ഇതിന് ഇതുതന്നെ മരുന്ന്. ടൈഗർ ബാം പുരട്ടുക. നന്നായി മസാജ് ചെയ്യുക." ഡോക്ടറുടെ നീണ്ട വിരലുകൾ പുലിക്കുന്തത്തെ ഓർമ്മിപ്പിച്ചു. പുലിക്കുന്തത്തിനുമേൽ വെള്ള വിഷംപോലെ അല്പം ടൈഗർബാം. ഡ്രസ് ചെയ്ത കോഴിമാംസം പോലെ അവളുടെ കുഞ്ഞു ദേഹത്തെ ഡോക്ടർ അമർത്തി.

അയാൾക്ക് പെട്ടെന്ന് അവളുടെ അച്ഛനെയും അമ്മയെയും ഓർമ്മ വന്നു. അയാൾ ചെല്ലുമ്പോൾ കടുവക്കുന്തംകൊണ്ട് ആരോ അവളുടെ അച്ഛനെയും അമ്മയെയും കുത്തിയിരുന്നു. അയാൾ അവരുടെ ഹൃദയമിടിപ്പ് പരിശോധിച്ചു. അപ്പോഴാണ് ആ സ്ത്രീയുടെ ഉടലിനുള്ളിൽ അവളുടെ ഹൃദയമിടിപ്പ് അയാൾ കേട്ടത്.

അന്ന് രാത്രിയായിരുന്നു. ചന്ദ്രനെ വെള്ളപ്പൊട്ടുപോലെ ആകാശത്ത് ആശാരി ഒട്ടിച്ചുവച്ചതായി അയാൾക്ക് തോന്നി. അയാൾ മുമ്പിൽക്കണ്ട വഴിയിലൂടെ ഓടി. ഉള്ളാടക്കുടിലിൽനിന്നും വയസ്സായ ഒരു ഉള്ളാടത്തിയാണ് വന്നത്. ചുക്കിച്ചുളിഞ്ഞ് നീലരോമങ്ങൾ നിറഞ്ഞ അവരുടെ അമ്മിഞ്ഞകളും ചുളുങ്ങിയ ചെവിയിലെ ചൂതാമണികളും നിലാവിൽ കറുത്തു തിളങ്ങി. "ആണ്ടവാ" "മുനിയാറാ" എന്നവൾ നിലവിളിച്ചു. ചന്ദ്രരശ്മിയിൽ കാർട്രേഴ്സിന്റെ പടിയിൽ കെട്ടിനിന്ന ചോര വെള്ളപ്പാലുപോലെ തോന്നിച്ചു. അയാളും പോലീസുകാരെ കൊന്നിട്ടുണ്ടായിരുന്നു. കടുവക്കുന്തംകൊണ്ട് കരളുകീറിയും വാൾകൊണ്ട് കഴുത്തരിഞ്ഞും

വായിൽ പന്നിത്തോട്ട പൊട്ടിച്ചുമെല്ലാം. പക്ഷേ, തന്റെ കൂട്ടത്തിൽ ആരാണ് പോലീസുകാരന്റെ ഗർഭിണിയായ ഭാര്യയെ കൊന്നതെന്ന് അയാൾക്ക് മനസ്സിലായില്ല.

'ബ്ലേഡിറുക്കാറാ, കത്തിയാനാലും പോതും. ശീഘ്രം കൊണ്ടു വാങ്കോ, ഇങ്കെ നിള്ള് തുർപ്പുത വിളയാട്ടമാകും."

അയാൾ അരയിൽ ഒളിച്ചുവച്ച വടിവാളെടുത്തു കൊടുത്തു. അവർ പതുക്കെ മരിച്ച സ്ത്രീയുടെ വയർ കീറി. അവളെയെടുത്ത് പൊക്കിൾ ക്കൊടി അറുത്തു. ചോരയിലും ശരീരദ്രവത്തിലും പൊതിഞ്ഞ കുഞ്ഞിന്റെ തുടയിൽ അവർ അമർത്തി നുള്ളി. അത് നിലവിളിച്ചു.

"ഏളാവത് മാതം സാർ, സെത്തു പോകാതെ മുനിയാറൻ താൻ കാപ്പാത്തത്." ഉള്ളാടത്തി ഭീതിയോടെ പറഞ്ഞു. "പോങ്കോ, പോങ്കോ, ഇങ്കെ വള്ളിയപൂതം വരുമേ. ഇന്ത കുഞ്ഞ് കാപ്പാത്തുങ്കോ, ഇന്ത സോരനീര് ഇപ്പോ കഴുകവേണ്ട, പെരെസെന്ത് സെയ്ത് കോങ്കോ."

അപ്പോൾ മുതൽ അയാൾ സൂക്ഷിക്കുന്നതാണവളെ, ടൈഗർബാം മണക്കുന്ന ഒരു പെൺകുട്ടി. വീട്ടിൽ പേശികൾ കോച്ചിപ്പിടിച്ച് അവൾ വീഴുമ്പോൾ അയാൾ ടൈഗർബാം പുരട്ടിക്കൊടുത്തു. "അച്ഛേ ഒന്നും സംസാരിക്കാൻ കൂടി പറ്റില്ല. ഞാന്താ ചിയ്യാ?" അവൾ അങ്ങനെ ചോദിച്ച അന്നാണ് അയാൾ ബാഗിൽ ഒരെഴുത്ത് എഴുതി വച്ചത്. ടൈഗർബാമിന്റെ വലിയ കുപ്പിയോടുചേർന്ന് ബാഗിലെ പുറംകള്ളിയിൽ അയാളത് സൂക്ഷിച്ചു വച്ചു.

അയാൾക്ക് നേരിയ ഭയമുണ്ടായിരുന്നു. ഒൻപതാം തരത്തിലാണ് പഠിക്കുന്നതെങ്കിലും അവൾ മുതിർന്നിരുന്നു. വലിയ സ്ത്രീയെപ്പോലെ, ചിലപ്പോൾ അവൾക്ക് ടൈഗർബാം പുരട്ടിക്കൊടുക്കേണ്ടിവരുമ്പോൾ അയാൾ കണ്ണടച്ച് അവൾ കുഞ്ഞായിരുന്നത് ഓർക്കും. അയാൾ എപ്പോഴും നുള്ളാറുള്ള ഇടത്തെ ചന്തിയിലെ കാക്കമറുകും അവളുടെ തേൻ കൊഞ്ചലും കുഴയലും. ആ അവസരങ്ങളിലെല്ലാം താനൊരു സ്ത്രീയാവാതിരുന്നതിൽ അയാൾ കുണ്ഠിതപ്പെട്ടു.

അന്നൊരു രണ്ടാം ശനിയാഴ്ചയായിരുന്നു. സ്കൂളിലെ സ്പെഷ്യൽ ക്ലാസ് കഴിഞ്ഞപ്പോൾ നേരം രണ്ടുമണിയായിരുന്നു. ചുവന്ന മെയ്പ്പൂക്കൾ വീണുകിടക്കുന്ന ടാർ റോഡിലൂടെ അവൾ ഒറ്റയ്ക്ക് വീട്ടിലേക്ക് നടന്നു.

മുട്ടിൽ നിന്നാണ് ഷോക്കടിച്ചപോലെ ഒരു വിറ പാഞ്ഞത്. പതുക്കെ മേൽപ്പോട്ട് തുടയിലെ പേശികൾ കയറാൻ തുടങ്ങി. അവളുടെ രക്തക്കുഴ ലുകൾ വേദനയോടെ സങ്കോചിച്ചു.

"അച്ഛേ" അവൾ ഉറക്കെ നിലവിളിച്ചു. അവളുടെ കാൽവിരലുകൾ ഉള്ളിലേക്ക് മടങ്ങി. അവൾക്ക് വേച്ചു. കവിളുകൾ കോടി. കൈത്ത ണ്ടകൾ വളഞ്ഞുമുറുകി. അവൾ റോട്ടിലേക്ക് ചരിഞ്ഞുവീണു. അവൾ നിലത്ത് മൂത്രമൊഴിച്ചു. അവളുടെ തുറന്ന വായിലേക്ക് ചുവന്ന പൂക്കൾ കൊഴിഞ്ഞു വീണു.

"അച്ഛേ," അവളുടെ ശബ്ദം പൂക്കൾക്കിടയിൽ ചുറ്റിത്തിരിഞ്ഞു. "ഇന്റ കങ്കാരുവച്ഛേ." അവളുടെ കണ്ണുകൾ നിറഞ്ഞു തൂവി. മുകളിൽ ഉച്ചസൂര്യൻ അവളെ നോക്കിനിന്നു.

പിന്നെയും അരമണിക്കൂർ കഴിഞ്ഞാണ് അയാൾ വന്നത്. വരയൻ ഷർട്ടു ധരിച്ച് വിയർത്ത മുഖവും മഞ്ഞിച്ച നിറവുമുള്ള ആ അപരിചിതൻ, രക്ഷിക്കൂ, അവൾ ഒച്ചയുയർത്താൻ ശ്രമിച്ചു. അവളുടെ തൊണ്ട വലിഞ്ഞ് തുപ്പൽ മാത്രം കുറുകി.

ഈ ടൈഗർബാം ഒന്നിട്ടു തരൂ. അവളുടെ കണ്ണുകൾ അയാളോട് കെഞ്ചി. അയാൾ അവളെ കൗതുകത്തോടെ നോക്കി. കണ്ണുകളിള കുന്നതിനാൽ അവൾ ചത്തിട്ടില്ലെന്ന് അയാൾക്ക് മനസ്സിലായി.

പൂച്ചയുടെ മുഖമുള്ള അയാൾ അവളെ കുനിഞ്ഞു മണത്തു. അയാളുടെ മഞ്ഞഷർട്ടിലെ കറുത്ത വരകൾ തന്റെ കണ്ണുകളിൽ മുഴുവൻ വ്യാപിക്കുന്നതായി അവൾ അറിഞ്ഞു. "അച്ഛേ"

'അരമണിക്കൂറിലധികം കിടന്നാൽ ചിലപ്പോ.... അതിനിടവരുത്തരുത്.' ഡോക്ടറുടെ ശാസന.

അപരിചിതൻ ഇപ്പോൾ മുട്ടുകുത്തിയിരുന്ന് ചുണ്ടുകൊണ്ട് അവളുടെ വായിൽ വീണ ചുവന്ന പൂവെടുത്ത് നീക്കുകയാണ്. അവൾ കണ്ണുകൾകൊണ്ട് സംസാരിക്കുവാൻ ശ്രമിച്ചു. ബാഗ്... അയാൾ ബാഗിലേക്ക് നോക്കുന്നതവൾ കണ്ടു. വേഗം വേഗം അവൾക്ക് കിതപ്പു വന്നു തുടങ്ങി. അയാൾ തൊണ്ടയിൽ പിടിച്ചപ്പോൾ അവൾക്ക് ശ്വാസം മുട്ടി.

അയാൾ ബാഗിൽനിന്നും വാട്ടർബോട്ടിൽ എടുത്ത് അവളുടെ വായിൽ വെള്ളമൊഴിച്ചുകൊടുത്തു. "അച്ഛേ" അവൾക്ക് അലറി വിളിക്കാൻ തോന്നി.

..ടൈഗർ... ടൈഗർബാം.

വാട്ടർബോട്ടിൽ തിരികെ വച്ചപ്പോഴാണ് അയാൾ ആ അപേക്ഷ കണ്ടത്. 'ദയവു ചെയ്ത്....' അങ്ങനെ തന്റെ അച്ഛൻ എഴുതിയിരുന്നുവെന്ന് അവൾക്ക് തോന്നി.

"ഇന്റ അച്ഛേ."

അയാൾ കത്തു മടക്കി ബാഗിൽ തന്നെയിട്ടു. ടൈഗർബാമിന്റെ കുപ്പി തുറന്നു. ജീവന്റെ ഗന്ധം. അവൾ ശ്വാസം ആഞ്ഞുവലിച്ചു. ഉച്ചച്ചൂടിൽ ടൈഗർബാം നറുനെയ്പോലെ ഉരുകിയിരുന്നു. ടൈഗർബാം തൊട്ട് അയാൾ പതുക്കെ അവളെ തടവാൻ തുടങ്ങി.

കോടിപ്പോയ കാലുകളിൽ, കൈകളിൽ, ഉടലിൽ അയാൾ ടൈഗർബാമിന്റെ ഇളംവീര്യവുമായി സ്പർശിച്ചു. അവൾക്ക് എരിയുന്നുണ്ടായിരുന്നു. റോഡിന്റെ താർച്ചൂടിൽ അവൾക്ക് പൊള്ളുന്നുണ്ടായിരുന്നു.

മെല്ലെ നഖം മുളച്ച വിരൽകൊണ്ട് അയാൾ അവളെ മാന്തി. മുട്ടുകുത്തി നിന്ന അയാളുടെ കൈകൾ എവിടെയെന്നവൾ പരിഭ്രമിച്ചു. അയാളുടെ മഞ്ഞ വരയൻ ഷർട്ടിലൂടെ പകുത്ത രോമങ്ങൾ പുറത്തേക്ക്

പൊടിക്കുന്നത് അവൾ കണ്ടു. അയാൾ മുഖം കുനിച്ച് ചുംബിച്ചപ്പോൾ ടൈഗർബാമിന്റെ എരിവും കടുവപ്പല്ലുകളുടെ മൂർച്ചയും ചോരയുടെ ചവർപ്പും അവൾക്കനുഭവപ്പെട്ടു. അവൾ വേദനയോടെ ശരീരമിളക്കി. "അച്ഛേ" എന്ന ദുർബലമായ നിലവിളി മാത്രം അവളുടെ ചങ്കിൽ ചുറ്റിത്തിരിഞ്ഞു.

പിന്നീട് ആശുപത്രിക്കിടക്കയിൽ അച്ഛനെ കണ്ടപ്പോൾ അവൾ നിലവിളിച്ചില്ല. അയാൾ കരഞ്ഞപ്പോൾ അവൾ ആശ്വസിപ്പിച്ചു: "ഓഹ് അച്ഛേ, അതൊരു ടൈഗറായിരുന്നില്ലേ. ഒരു മഞ്ഞ ടൈഗർ."

ഹിജഡയുടെ കുട്ടി

ഈ നനഞ്ഞ പുതിയ കുളിമുറിയിൽ,

ദേവയാനിക്ക് ശരീരം ഒരു വലയാണ്. നൂറായിരം നാഡികളും രക്തഞരമ്പുകളും ഉൾപ്പിണർന്നു കോർത്തുരുമ്മിക്കിടക്കുന്ന ഒരു മാംസവല. ദേവയാനിക്ക് ശരീരം ഒരു കൊളുത്താണ്. കിടക്കയിൽ ഒരു കരിമ്പുലിയുടെ ധാർഷ്ട്യവും മൂർച്ചൻ നഖങ്ങളും നെഞ്ചിൻ രോമങ്ങളിൽ കുടുങ്ങുന്ന കൂർമ്പൻ പല്ലുകളുമുള്ള ഒരു കൊളുത്ത്.

-ദേവയാനിക്ക് ശരീരം ഒരു വിശപ്പാണ്. ഓരോ ഉഷ്ണപ്പകലിലും തണുത്ത രാത്രികളിലും കൂടുതൽ കൂടുതൽ എരിഞ്ഞുഷ്ണിക്കുവാനും മാംസത്തൊങ്ങലുകളിലും ഞൊറികളിലും ആയിരം ആർത്തികൾ അലിച്ചു കിടത്തിയ തീക്ഷ്ണമായ ഉൾവിശപ്പ്.

എന്നുമതേ ശരീരമായിരുന്നു ദേവയാനിക്ക് പ്രശ്നം. അടങ്ങാത്ത വിശപ്പും ആർത്തിയും ഓരോ രോമകൂപങ്ങളിലും മാംസകോശങ്ങളിലും രഹസ്യപ്പുഴുവിനെപ്പോലെ പിടഞ്ഞിഴഞ്ഞു. ചിലപ്പോൾ നെഞ്ചിനുള്ളിൽ കൃത്യം ഇരു മുലകളുടെയും പനിച്ചൂടുപൊട്ടിയ ചെറിയ വിടവിനടിയിൽ, ഹൃദയമിടിപ്പിക്കുന്ന വേദനയുടെയും ഭാരത്തിന്റെയും ഉഷ്ണലാവ കൊഴുത്തു പഴുത്തു പുകഞ്ഞു.

ഇനി ദേവയാനിക്ക് ഉറക്കമുറിയിലെ നിലക്കണ്ണാടിയിലോ, അടിച്ചുവെടിപ്പാക്കാത്ത കുളിമുറിയുടെ വഴുക്കുന്ന ടൈൽസിലോ, അടുക്കളയിലെ തണുത്ത ഗ്രാനൈറ്റ് ചുമരിലോ മുലകളമർത്തി അമർത്തി ചുണ്ടുകൾ ഇരുവരിപ്പല്ലിടയിൽ കടിച്ചമർത്തി പതുക്കെ ഏങ്ങലടിച്ചും കിതച്ചും ഒറ്റവിരൽ കൊണ്ട് വിശപ്പിനെ പ്രതിരോധിക്കേണ്ടിവരും, ശരീരത്തെ പ്രതിരോധിക്കേണ്ടിവരും.

നഗരത്തിലെ ഈ വീട്ടിൽ എത്തുന്നതിനു മുമ്പ് ശരീരമവൾക്ക് അപരിചിതവും വിചിത്രവുമായ ഒരു മാന്ത്രികസിത്താറായിരുന്നു. നെഞ്ചിൻകൂടിൽ മുഴച്ച് ചെമ്പല്ലുകളും കൈകളിലെയും മെലിഞ്ഞ മുഖത്തെയും നൂൽപോലെ വിളർത്ത സിരാതന്ത്രികളും വിശപ്പിനാൽ മീട്ടപ്പെടുമ്പോൾ കണ്ണുകളിൽ ഒരായിരം നിലവിളികളുമുയർത്തുന്ന അദൃശ്യമായൊരു സംഗീതോപകരണം. കുഞ്ഞുന്നാളിൽ ഭക്ഷണം കഴിക്കാത്ത ദിവസങ്ങളിൽ ആയിരം രഹസ്യരാഗങ്ങൾ വന്യമായി മീട്ടാൻ സാധിച്ചിരുന്ന ലോലവും മൃദുലവുമായ ഒരു മാംസസിത്താർ.

വിശക്കുമ്പോൾ അവൾ ഉറക്കെ നിലവിളിച്ചിരുന്നു. നനഞ്ഞ തുണി വയറിനു ചുറ്റും മുറുക്കിക്കെട്ടുമായിരുന്നു. എന്നിട്ടും ഉണർച്ചയിലും ഉറക്കത്തിലും വിഷരസമിറ്റുന്ന ഈർമ്പൻ പല്ലുകളുള്ള ഇളം മാംസത്തെയും ഉറിഞ്ചുന്ന ചേനത്തണ്ടൻ പാമ്പായി വിശപ്പ് അവളെ ചവച്ചുമുറുക്കി.

ആ വേദനയിൽ അവൾ മൂന്നാളുകളെ ഓർക്കും, അമ്മയെയും നീൽഗംഗയെയും പിന്നെ അയാളെയും.

അമ്മയെന്നു പറയുമ്പോൾ പിടയ്ക്കുന്ന ഒരു മത്സ്യത്തെ പിടിച്ചു നിൽക്കുന്ന ഒരു രൂപം ഓർമ്മവരും. പൈപ്പുവീടും എരുമച്ചാണം മണക്കുന്ന തെരുവും നീൽഗംഗയെ കാണാറുള്ള പൊതുമൂത്രപ്പുരയും ഓർമ്മ വരും. പിന്നെ ചതഞ്ഞ നക്ഷത്രം പോലെ ഇളം തിളക്കം വറ്റിത്തുടങ്ങിയ ഒരു പഴഞ്ചൻ മൂക്കുത്തിയും.

നീൽഗംഗയാകട്ടെ ഇന്നും അമ്മയോ അച്ഛനോ എന്നവൾക്ക് തിരിച്ചറിയാനാവാത്ത ഒരു സമസ്യയാണ്. അയാളുടെ പേരുപോലും അവൾക്ക് സംശയമാണ്. ചിലർ നീൽഗംഗയെന്ന് വിളിക്കുമ്പോൾ ചിലർ നീലാധർ എന്ന് അയാളെ വിളിച്ചു. എന്നാൽ നഗരത്തിലെ ഈ വീട്ടിൽ അയാൾ ചിലരാൽ ഗംഗയെന്നും മറ്റു ചിലരാൽ കെ കെ ഗംഗാധരമേനോനെന്നും വിളിക്കപ്പെട്ടു.

അയാളെക്കുറിച്ചുള്ള ആദ്യത്തെ ഓർമ്മയിൽ മഴയുണ്ട്. മൂളിയാർക്കുന്ന ധാരാളം മണിയനീച്ചകളുമുണ്ട്. മുനിസിപ്പാലിറ്റിയുടെ വലിയ ഈർക്കിൽ ചൂലും നീല പ്ലാസ്റ്റിക് ബക്കറ്റുമായി വന്നിരുന്ന അയാൾ ആദ്യം മതിൽക്കൽ പ്രത്യക്ഷപ്പെട്ട് കൈനീട്ടി അവൾക്ക് പേഡ കൊടുക്കുകയും പിന്നീട് ഇടയ്ക്കിടെ തല മാത്രം മതിൽക്കൽ കാണിച്ച് അവളുടെ അമ്മയോട് സംസാരിക്കുകയും ചെയ്യുമായിരുന്നു.

ദേവയാനിയുടെ പൈപ്പുവീടിനു മുമ്പിൽ ഒരു ബുധനാഴ്ച നീൽഗംഗ പ്രത്യക്ഷപ്പെട്ടപ്പോൾ പൊടുന്നനേ പെരുമഴ പെയ്തു. പൊതുകക്കൂസിന്റെ തറയിൽ ഉണങ്ങിപ്പൊടിഞ്ഞ രാസ്നാദിപ്പൊടി പോലെ തൂവിക്കിടന്ന കറുത്ത മലത്തിനുമേൽ മഴ വീണു. അതെല്ലാം അടിച്ചുകൂട്ടി അയാൾ അവയ്ക്കു മീതെ രോഗനാശിനിയൊഴിച്ചു. ദേവയാനിയുടെ

വീട്ടിൽ നിന്നും വരുന്ന പച്ച മീനിന്റെ ആസ്വാദ്യഗന്ധം നീലാധറിനെ പലപ്പോഴും ഭ്രാന്തുപിടിപ്പിച്ചു. ചെകിളച്ചോപ്പ് പടർന്ന സാബിത്രിയെന്ന മത്സ്യവില്പനക്കാരിയുടെ കണ്ണാടിക്കവിളുകളും കൃഷ്ണമത്സ്യത്തെപ്പോലെ തുടിക്കുന്ന നീളക്കണ്ണുകളും ചെഞ്ചുവപ്പ് ചെമ്മീൻ തുടുചുണ്ടുകളും അയാളിലെ പുരുഷനെ ഉണർത്തി. അത് സാബിത്രിക്കും അറിയാമായിരുന്നു. അതുകൊണ്ട് നീലരോമം വേരുപൊട്ടിയ അയാളുടെ മുഖത്തേക്കു നോക്കാതെ അവൾ അയാളെ വിളിച്ച് പരിചയം പുതുക്കും.

'നീൽഗംഗാ' എന്ന സാബിത്രിയുടെ വിളിക്കു മുമ്പിൽ അയാൾ നിസ്സഹായനായ ഒരു കോത്തിയായ് നിൽക്കും.

സാബിത്രി മരിച്ച ആ മഴദിവസവും നീലാധർ മൂത്രപ്പുര വൃത്തിയാക്കി. വർഷങ്ങളായ് പിടിച്ച മൂത്രത്തിന്റെ നാരങ്ങാ മഞ്ഞനിറം അയാൾ ചൂലുകൊണ്ട് ഇളക്കാൻ ശ്രമിച്ചു. ഇടയ്ക്കിടെ ഫിനോൾ കുപ്പി കുലുക്കി മതിലിനപ്പുറത്തേക്കു നോക്കി അയാൾ വിളിച്ചു.

"ഓയോ സാബിത്രി!"

ഖുംട്ടിക്കു വെളിയിലേക്ക് തള്ളിനിൽക്കുന്ന അവളുടെ വെണ്ണക്കാൽപ്പാദങ്ങളിലേക്ക് കൗതുകത്തോടെ ഒന്ന് നോക്കി അയാൾ വീണ്ടും പണിയിൽ മുഴുകി. വൈകുന്നേരം തിരിച്ചുപോകും മുമ്പ് അയാൾ പൈപ്പുവീടിനു മുന്നിലെത്തി. സാബിത്രിയുടെ പാദസരമണികൾ ഉണ്ടമുന്തിരിങ്ങപോലെ തൂങ്ങിനിന്ന് കാറ്റിലിളകുന്നത് അയാൾ കണ്ടു. അവയിൽ തുളുമ്പിനിന്ന വെള്ളത്തുള്ളികളിലെ പോക്കുവെയിൽ പല നിറങ്ങൾ അയാളെ അമ്പരപ്പിച്ചു.

"ഏയ് സാബിത്രി, ഏയ്, ഏയ്!" എത്ര വിളിച്ചിട്ടും സാബിത്രി അനങ്ങാതിരുന്നപ്പോഴും അവൾ മരിച്ചുപോയതായി അയാൾക്കു തോന്നിയിരുന്നില്ല.

"സാബിത്രീ!" അയാൾ അവളുടെ തണുത്ത കാല്പാദങ്ങൾ തൊട്ടു. പ്രാകൃതമായ മരവേരുപോലെ കാല്പാദങ്ങൾ വിണ്ടിരിക്കുന്നതായ് അയാൾ കണ്ടു. ഐസ്പാളികൾക്കിടയിൽ പെട്ട് ഉറഞ്ഞതുപോലെ മരവിച്ചിരുന്നു സാബിത്രി. വലിയ ഒരു നിലവിളി വന്ന് അയാളുടെ തൊണ്ടയിൽ നിന്നു. അയാൾ കൈകൾ നീട്ടി അമ്മയുടെ നെഞ്ചിൽ ഉറങ്ങിക്കിടന്ന ദേവയാനിയെ വലിച്ചെടുത്തു.

വിശപ്പിന്റെ ഭയങ്കരമായ നീളവിരൽകൊണ്ട് ആരോ മാന്തിയതുപോലെ ദേവയാനി അലറിക്കരഞ്ഞു.

നീൽഗംഗ മരിച്ചത് ഒരു രാത്രിയിലായിരുന്നു. പഴയ കീറച്ചാക്കിന്റെ മേൽക്കൂരയിലൂടെ തെരുവിളക്കിന്റെ മാങ്ങാനിറവും ചന്ദ്രന്റെ വിളറിയ വെള്ളി നിറവും ഉരുകിവീണു.

"ഹരഹരമഹാരാജ്!"

പുറത്ത് പോലീസുകാരെ സുഖിപ്പിക്കുവാനായി അഞ്ചാറുപേർ നൃത്തം ചവിട്ടുന്നത് ചുമരിലെ ചെറുദ്വാരത്തിലൂടെ നീൽഗംഗ കണ്ടു.

"ദേബ്യാ നീ ഉഠോ" നീൽഗംഗ ദേവയാനിയെ കുലുക്കിയുണർത്തി. മണ്ണെണ്ണയുടെ നീലപ്രകാശത്തിൽ അയയിൽ തൂക്കിയ പഴയ പെറ്റിക്കോട്ടിന്റെ നിഴൽ അവളുടെ മുഖത്ത് ഊഞ്ഞാലിട്ടു.

"പുലീസ്." ഭയംകൊണ്ട് നീൽഗംഗയുടെ ശബ്ദം പാമ്പിന്റെ ഊത്തൽ പോലെ ചിതറിപ്പോയി. അന്നു പകലും ദേവയാനിയെ അന്വേഷിച്ച് പോലീസുകാർ വന്നിരുന്നു. അവളെ ഒളിപ്പിച്ചതിന് നീൽഗംഗയെ അവർ ഉപദ്രവിക്കുകയും ചെയ്തു.

"നീ ഇതിൽ കയറ്." നീർത്തിയിട്ട പായ് കണ്ട് ദേവയാനി ചിരിച്ചു.

"ചിരിക്കാതെ കയറ്. അനങ്ങരുത്."

നീൽഗംഗ പായ ചുരുട്ടി പഴയ ചാക്കുനൂൽ കൊണ്ട് കെട്ടി ചുമരരികിലേക്കു നീക്കിവെച്ചു.

വാതിലിൽ പരുക്കൻ മുട്ടുകൾ കേട്ടു. അത് പതുക്കെ തുറന്നു വരുന്നതും ചതുരനിറത്തിൽ വേപ്പർ ലാമ്പിന്റെ പ്രകാശം അകത്തു കടന്നതും അവൾ കണ്ടു. വാതിലിന്റെ പാതിവരെയേ ദേവയാനിക്കു കാണുമായിരുന്നുള്ളൂ. അവൾ എട്ടുകാലുകൾ കണ്ടു. ട്രൗസറിനു കീഴെ അവരുടെ പരുത്ത തൊലിപോയ മുട്ടുകൾ കണ്ടു.

"ആയിയേ ആയിയേ സാബ്." നീൽഗംഗ നാണത്തോടെ നിലത്ത് ചിത്രം വരച്ചു.

"ദേവയാനിയെവിടെ?" പായ്ക്കകത്തുനിന്നും ദേവയാനിയുടെ ഉടലിൽ ഒരു വിറ പടർന്നു. അവൾ ചെളിപുരണ്ട ഷൂസുകളിലേക്കു ഭയത്തോടെ നോക്കി.

"കോൻ? ദേവയാനി! വോ കോൻ ഹെ സാബ്!" "തേരിമാ!" പോലീസുകാരിലൊരാൾ നീലാധറിനെ നിലത്തേക്കുന്തി. കറുത്ത ബൂട്ടൊരെണ്ണം നീലാധറിന്റെ തൊണ്ടയിലമരുന്നത് ദേവയാനി കണ്ടു.

"അഭിനയം മതി. അവളെവിടെ?"

"അങ്ങനെയാരെയും എനിക്കറിയില്ല. സാബ്."

നാലു കാലുകൾ നീലാധറിനു നേരേ ഉയർന്നുതാണു.

"എന്നെ ഉപദ്രവിക്കരുത്. എനിക്ക് ഭീമാരി ഉണ്ട്."

"നിന്റെ ഭീമാരി." പോലീസുകാരിലൊരാൾ അയാളെ പിടിച്ചുയർത്തി. കുനിഞ്ഞപ്പോൾ, അയാളുടെ ഇരുണ്ട മുഖം വന്യവും ആർത്തി പെരുത്തതുമായിരുന്നെന്ന് അവൾ കണ്ടു. ചുണ്ടിനു മീതെ തെറിച്ചു നിൽക്കുന്ന പരുത്ത രോമങ്ങൾ അശ്ലീലംപോലെ തോന്നി ദേവയാനിക്ക്.

"സച്ച് ബോലോ കുത്തേ."

നീൽഗംഗ നിലവിളിക്കുന്ന ശബ്ദം ദേവയാനി കേട്ടു. അടിയുടെയും ചവിട്ടിന്റെയും ഒച്ചകൾക്കിടയിൽ ആ നിലവിളി താണുപോയതായി അവൾക്കു തോന്നി. നീൽഗംഗ ശ്വാസം ആഞ്ഞുവലിക്കുന്ന ശബ്ദം കേട്ടു. "നാശം! എന്തു കുന്തമാണിത്?" മുതിർന്ന പോലീസുകാരൻ പ്രാകി.

"ആസ്തമാ സാബ്."

"ഛോഠോ." അയാൾ ബൂട്ട് തറയിലുരസി. ചളിപോലെ രക്തക്കറ അതിൽ പറ്റിയിരുന്നു. അയാളുടെ ഷൂലേസ് തുമ്പിൽനിന്നും ഒന്നുരണ്ടു തുള്ളി രക്തം ഇറ്റി. അയാളുടെ കാൽക്കലേക്ക് കളിമണ്ണു കുഴഞ്ഞ ഒരു പാവപോലെ നീൽഗംഗ വീണു.

കണ്ണുകളിലെ വറ്റാത്ത തിളക്കവും ചുണ്ടിൽ പരന്ന വരണ്ട പുഞ്ചിരിയും ദേവയാനിക്കു കാണാൻ സാധിച്ചു.

"മത് രോ ബിട്ടിയാ മത് രോ." അയാളുടെ കണ്ണീർ കവിളുകളെ നനച്ചു.

ശ്വാസം വലിക്കുന്ന ശബ്ദം ഉച്ചത്തിലായി. നീൽഗംഗയുടെ ചുണ്ടുകൾ വിറപൂണ്ടു. അയാളുടെ കണ്ണുകൾ വാത്സല്യത്തോടെ ഇളകി. ചോര പുരണ്ട വിരലുകൾകൊണ്ട് അയാൾ ദേവയാനിയെ സ്പർശിച്ചു. "നാളെ നമ്മൾ ബുക്ക് ചെയ്ത ട്രെയിനിനുതന്നെ നീ നാട്ടിൽ പോണം. ആ ഫാദർ വരും."

ഉള്ള് വേവുന്ന കുക്കർ പോലെ നീൽഗംഗ ഉച്ചത്തിൽ ആവിയിട്ടു. അയാളുടെ സംസാരം പലയിടത്തും മുറിഞ്ഞുപോയി.

"കരയല്ലേ ദേബു. കരയണ്ട കരയണ്ട." അയാൾ മലയാളത്തിൽ പറഞ്ഞു. അയാളുടെ ചിറിക്കോണിൽ പറ്റിയ കൊഴുത്ത രക്തം ദേവയാനി തുടച്ചുകളഞ്ഞു. നൃത്തംചെയ്യുന്ന പാവക്കുട്ടിയെപ്പോലെ വിറകൊണ്ട നീൽഗംഗയുടെ ശരീരം പൊടുന്നനെ ഇളക്കം നിർത്തി. അയാളുടെ മലർന്ന വലിയ കണ്ണുകളിൽ കണ്ണീരും ചതഞ്ഞ വെളുത്ത ചെവികളിൽ നിന്നു രക്തവും പിളർന്ന ചുണ്ടുകൾക്കിടയിൽ ചുവന്ന തുപ്പലും ഒട്ടിനിന്നു.

നേരം പുലരുന്നതിനുമുമ്പേ ആളുകൾ വന്നിരുന്നു. കരഞ്ഞുകരഞ്ഞ് കണ്ണിൽ മുഴുവൻ എരിവു പടർന്നതുപോലെ തോന്നി ദേവയാനിക്ക്. അതിവിചിത്രമായ പൂജകൾക്കും കർമ്മങ്ങൾക്കും ശേഷം ബാർബർ മുണ്ട നീൽഗംഗയുടെ നീണ്ട മുടിയിഴ മുറിച്ചു. പട്ടാളക്കാരുടേതുപോലെ അരികിൽ വച്ചുചേർത്ത് വെട്ടി മിനുക്കി, മഞ്ഞനിറമുള്ള ഔഷധ എണ്ണ തേച്ചു. അപൂർവ്വങ്ങളായ പച്ചമരുന്നുകളുടെയും വേരുകളുടെയും സത്തൂറ്റിയുണ്ടാക്കിയ സുഗന്ധദ്രവ്യത്തിൽ ശരീരം കഴുകിയെടുത്തു. കൈകളിലെ കുപ്പിവളകൾ പാറക്കഷണം വെച്ച് തല്ലിയുടയ്ക്കുകയും കമ്മലും മൂക്കുത്തിയും അഴിച്ചെടുക്കുകയും ചെയ്തു. നീണ്ട ചേല അഴിച്ചുമാറ്റി പുരുഷവസ്ത്രമായ ഷർട്ടും പാന്റും ധരിപ്പിച്ചു. ആ സമയമൊക്കെയും ആദിമമായ ഒരു വിശപ്പ് തോന്നി ദേവയാനിക്ക്.

ഹിജഡകളുടെ ഒരു സംഘം അവ്യക്തമായ ഭാഷയിൽ മന്ത്രിച്ചുകൊണ്ടിരുന്നു. നീൽഗംഗയുടെ മുറിഞ്ഞ മുടിയിഴകളും വളത്തുണ്ടുകളും ചോരപുരണ്ട ചേലയും ആഭരണങ്ങളും പേറി അവർ ഹിജഡകളുടെ ശ്മശാനത്തിലേക്കു പോയി.

തീവണ്ടിയാഫീസിൽ വച്ച് നെഞ്ചുമുറിഞ്ഞു വീഴുന്നതുപോലെ തോന്നി ദേവയാനിക്ക്.

“മരിച്ചയാളുടെ പേര്?”

“ഗംഗാധർ!” അവരുടെ സംഘത്തിലെ തല മുതിർന്ന ഹിജഡ പറഞ്ഞു. ദേവയാനി അത്ഭുതത്തോടെ അവരെ നോക്കി. നീൽഗംഗ. ആ പേര് അവളുടെ തൊണ്ടയിൽ ഒട്ടിനിന്നു.

“അതേ, കെ കെ ഗംഗാധരമേനോൻ s/o പി വി ഭാസ്കരമേനോൻ,” രക്ഷാധികാരി വിശദീകരിച്ചു.

അവൾക്ക് കരച്ചിൽ വന്നു. ചില്ലുപെട്ടിക്കുള്ളിലെ തണുത്ത പുകയ്ക്കുള്ളിൽ അവളുടെ അമ്മ മരിച്ചുകിടന്നു. അമ്മയല്ല ഇത്. ഇതേതോ ഒരാൾ ഒരു പുരുഷൻ.

“ദേവയാനീ!” ഗുരു അവളെ വിളിച്ചു.

‘‘ആരു ചോദിച്ചാലും...’’ അയാൾ തീവണ്ടിയുടെ വാതിൽ പുറകോട്ടുന്തി, “മരിച്ചത് അച്ഛനാണെന്നേ പറയാവൂ.”

“യെ അമ്മാ ഹെ.” അവളുടെ ശബ്ദം ചിതറി.

“അറിയാം.” അയാളുടെ മുഖം ചുവന്നു.

“അറിയാം. പക്ഷേ, ആരു ചോദിച്ചാലും യെ അബ്ബാ ഹെ. മനസ്സിലായോ?” മനസ്സിലാകാഞ്ഞിട്ടും അവൾ വെറുതെ തലയാട്ടി.

നഗരത്തിലെ ഈ വീട് ആദ്യമായവൾ കാണുന്നത് യാത്രയ്ക്കൊടുവിൽ ആയിരുന്നു. ആംബുലൻസിന്റെ വെളുത്ത വാതിലുകൾ തുറന്ന് പ്രായം കൂടിയ ഒരു സ്ത്രീയാണ് അവളെ അകത്തേക്കു കൊണ്ടുപോയത്.

“മുജേ ബൂഗ് ലഗീ ഹെ!”

ദേവയാനിയുടെ ശബ്ദം നിലവിളികൾക്കടിപ്പെട്ടുപോയി. ഒന്നുരണ്ടു സ്ത്രീകൾ ഓടിവന്ന് നിലവിളിയോടെ അവളെ കെട്ടിപ്പിടിച്ചു.

“ആരാ എന്റെ മോൻ ആണല്ലാന്ന് പറഞ്ഞത്.” ഒരു സ്ത്രീ സങ്കടത്തോടെ തലയിൽ തല്ലി.

“കണ്ടോ അവന്റെ മോളെ.”

“മുജേ ബൂഗ് ലഗ് ഹെ.” ദേവയാനിയുടെ കണ്ണുകൾ നിറഞ്ഞു.

“പാവം അതിനു വെശക്കുന്നുണ്ട്. എന്തെങ്കിലും കൊടുക്ക്.”

പ്രായം കുറഞ്ഞ ഒരു സ്ത്രീ വന്ന് അടുക്കളപ്പുറത്തേക്ക് അവളെ കൊണ്ടുപോയി. അടുത്ത വീട്ടിൽനിന്നും കൊണ്ടുവന്ന ആവി പാറുന്ന ചോറ് കണ്ട് അവൾക്കുള്ളിൽ വിശപ്പിന്റെ ചുടുതീ എരിഞ്ഞു.

“എനിക്ക് അമ്മ എപ്പോഴും രണ്ടു പപ്പടം തരും. നിങ്ങളും തരണേ.”
“അതിനെന്താ മോൾക്ക് രണ്ട് പപ്പടം തരാലോ” അവർ കരുണയോടെ ചിരിച്ചു. ആ നിമിഷം വിശപ്പ് അപമാനത്തിന്റെ കിടങ്ങാണെന്ന് അവൾക്ക് ബോധ്യപ്പെട്ടു. കടലോളം ആഴമുള്ള ഒരു വലിയ ഭൂതക്കിടങ്ങ്. ജീവിത

ത്തിന്റെ എല്ലാ ഘട്ടങ്ങളിലും വാ പിളർന്ന് പൊന്തിവന്ന് അത് തന്നെ വിഴുങ്ങുന്നത് അവൾ ലജ്ജയോടും അമ്പരപ്പോടും നോക്കിനിന്നു.

ആ ലജ്ജയിലേക്കാണ് അയാൾ കയറിവന്നത്. തല മുണ്ഡനം ചെയ്ത, മുഖത്തും ശരീരത്തിലും മുറിവുകളുള്ള രോഗിയായ അയാൾ. അവൾക്കായി കിട്ടിയ മുറിയുടെ മരയഴികൾക്കിടയിൽ, ഓട്ടവീണ മൺകലവുമായി നനഞ്ഞ തോർത്തുചുറ്റി അയാൾ നിൽക്കുന്നത് അവൾ കണ്ടു. ദുശ്ശാഠ്യക്കാരനായ ഒരു കുട്ടിയുടെ മുഖമായിരുന്നു അയാൾക്ക്. ആരുടെയൊക്കെയോ നിർബന്ധം കാരണമാണ് താനിങ്ങനെ നിൽക്കേണ്ടിവന്നതെന്ന് അയാൾക്ക് തോന്നി. ആദ്യമായി അയാളുടെ മുമ്പിൽ പെട്ടപ്പോൾ ദേവയാനി വെപ്രാളപ്പെട്ടു. വിശക്കുന്ന മൃഗം ഇരുമ്പുകൂട്ടിൽ പെട്ടതുപോലെ അവൾ വിരണ്ടു. രണ്ടു കൈകൾകൊണ്ടും കണ്ണുകൾ വെറുതെ അമർത്തി. ചിറികൾ കോട്ടി. പുരികം ചുളിച്ച് അതിരൂക്ഷമായ് അയാൾ തന്നെ നോക്കുന്നില്ലെന്ന് അവൾ വെറുതെ വിചാരിച്ചു. അയാളുടെ മുഖത്തെ മുറിവുകൾ അവളെ നോക്കി കൊഞ്ഞനം കുത്തി. ശത്രുവിനെ മുമ്പിൽ കിട്ടിയെന്നവണ്ണം അയാളുടെ മുഖം മുറുകുന്നത് അവൾ കണ്ടു. പല്ലുകൾ ഇറുമ്മിയുരയുന്നതിന്റെ ശബ്ദം അവൾ കേട്ടു.

"മുമ്പിൽ വരരുത്, അയാളെ ഓർമ്മവരും. രണ്ടുംകെട്ട നിന്റെ തന്തയെ." അയാൾ പെട്ടെന്നു നാക്കു കടിച്ചു. ദേവയാനിക്ക് ചെറുതായി പനിക്കുന്നതുപോലെ തോന്നി. മരിച്ചതാര് അമ്മയോ അച്ഛനോ. അതാരാണ് പുരുഷനോ സ്ത്രീയോ? പതിമ്മൂന്നു വയസ്സിന്റെ കുഴഞ്ഞു മറിയലുകൾക്കിടയിൽ അവളുടെ മനസ്സിനു പല ഉത്തരങ്ങളും ആവശ്യമായിരുന്നു. കൂടുതൽ സുരക്ഷിതമായ ഒരിടം എന്നതിൽ കവിഞ്ഞ് താൻ നിൽക്കുന്ന ആ വീടിന്റെ തറയോടുപോലും അവൾക്ക് അപരിചിതമായ ചോദ്യങ്ങളായിരുന്നു. എങ്കിലും വിശക്കുമ്പോൾ സസ്യാഹാരവും ദാഹിക്കുമ്പോൾ ഉപ്പു ചേർക്കാത്ത തെളിഞ്ഞ ജലവും അവൾക്ക് കിട്ടിക്കൊണ്ടിരുന്നു. അച്ഛൻ/അമ്മ എന്ന വലിയ പദപ്രശ്നമൊഴിച്ച് ബാക്കിയെന്തിനും അവൾക്ക് ഉത്തരം കിട്ടിക്കൊണ്ടിരുന്നു. അയാൾ, രോഗിയായ അയാൾ വിവാഹിതനും ഒരു കുഞ്ഞിന്റെ അച്ഛനാകാൻ പോകുന്നവനുമാണ്. അയാളുടെ ഭാര്യയുമായി അയാളത്ര അടുപ്പത്തിലല്ല. അയാൾ ബോംബെ മാട്ടുംഗയിൽ എൻജിനീയറായിരുന്നു.

എന്തുതന്നെയായാലും അയാളുടെ മുമ്പിൽ ചെന്നുപെടാതിരിക്കാൻ അവൾ പലപ്പോഴും പരിശ്രമിച്ചു. ചിലപ്പോൾ ചില ഉച്ചകളിൽ അയാൾ നടന്നുവരുന്ന ഇടനാഴിയിൽ വെച്ച് കണ്ടുമുട്ടിയപ്പോഴൊക്കെ തലതാഴ്ത്തി ഭയത്തോടെ അവൾ അരികൊതുങ്ങിനിന്നു.

മറ്റൊരു വൈകുന്നേരം പ്രസവത്തിനായി അയാളുടെ ഭാര്യയെ ആശുപത്രിയിൽ പ്രവേശിപ്പിച്ചുവെന്ന ഫോൺ വന്നതിനുശേഷം അയാൾ മുഖംപൊത്തി ഇരിക്കുന്നത് അവൾ കണ്ടു. വീട്ടിലെ മറ്റംഗങ്ങൾ

ഭക്ഷണകാര്യങ്ങൾ അവളെ ഏല്പിച്ചുപോകുമ്പോഴും ദേവയാനിക്ക് ഉൾഭയമുണ്ടായിരുന്നു.

രാത്രി ഒരുപാട് വൈകിയ ശേഷമാണ് അവർ ഭക്ഷണം കഴിച്ചത്. അത് വല്ലാതെ തണുപ്പുള്ള രാത്രിയായിരുന്നു. മരങ്ങളിലൂടെയും പുൽത്തുമ്പുകളിലൂടെയും കൂമ്പിയ തുടുമൊട്ടുകളിലൂടെയും തണുപ്പ് കിനിഞ്ഞു. നക്ഷത്രങ്ങളിൽ വെള്ളമഞ്ഞുറഞ്ഞതുപോലെ പ്രകാശം മങ്ങി മയങ്ങി കിടന്നു.

ഭക്ഷണപാത്രത്തിൽ വിരലോടിച്ച് അയാൾ ദേവയാനിയുടെ മുഖത്തേക്കു നോക്കി.

"ഹിജഡ എന്ന വാക്കിന്റെ അർത്ഥമറിയോ?"

ദേവയാനി ഒന്നും മിണ്ടിയില്ല. അവൾ തലകുനിച്ചിരുന്ന് ഭക്ഷണം കഴിച്ചു. "ചോറുണ്ടു കഴിഞ്ഞാൽ എന്നെയൊന്ന് മുകളിലേക്ക് കൊണ്ടു പോവുമോ?"

"മ് മ്."ദേവയാനി തലയുയർത്താതെ പറഞ്ഞു.

മുകളിൽ ബാൽക്കണിയുടെ ഇരുമ്പുവാതിൽ തുറന്നതും നനവു വീണ തണുത്ത കാറ്റ് അവളുടെ മുഖത്തടിച്ചു. ചെമ്പുനിറമുള്ള പിരിയൻ മുടിവള്ളികൾക്കിടയിലൂടെ പൂത്ത പാരിജാതമണം കയറിയിറങ്ങി.

അവൾ ടെറസ്സിൽനിന്നും നീല കരിമ്പടംപോലത്തെ ആകാശം നോക്കി. ഇരുൾ പൂണ്ടുറങ്ങുന്ന വൃക്ഷങ്ങളെ നോക്കി. നക്ഷത്രങ്ങളെ വലയിട്ടു പിടിച്ച പാരിജാതത്തെ നോക്കി. അയാൾ ആകാശം കണ്ടു. ചുവന്ന പൊട്ടു നക്ഷത്രങ്ങളും തിളക്കംകെട്ട ചാവുനക്ഷത്രങ്ങളും കണ്ടു. ആകാശത്തേക്ക് പൊന്തിയ ഉണക്കമരം അയാൾ കണ്ടു.

"അവൾ പ്രസവിച്ചുകാണും."

"മ് മ്" ദേവയാനി വെറുതെ മൂളി. ഇരുട്ടിൽ അവൾക്കയാളുടെ മുഖം നിഴൽ പോലെ തോന്നി. വൈകുന്നേരം തൊട്ടേ അയാൾ സങ്കടപ്പെടുന്നത് അവൾ കാണുന്നുണ്ടായിരുന്നു.

"കരയണ്ട കരയണ്ട." അവൾ പറഞ്ഞു. അയാൾ കരയുന്നതെന്തിനാണെന്നവൾക്കു മനസ്സിലായില്ല.

"എനിക്കൊരു കണ്ണാടി തര്വോ!"

"ഇവിടെ കണ്ണാടി ഇല്ല." അവൾ നുണ പറഞ്ഞു. അയാൾ വീണ്ടും കൈകൾകൊണ്ട് മുഖം പൊത്തി ചെറുതായി ഏങ്ങി.

ദേവയാനി അയാളുടെ അടുത്തേക്കു വന്നു: "എന്താ, എന്തിനാ കരേണത്?" ദേവയാനി കരുണയോടെ അയാളുടെ കൈകൾ ചേർത്തുപിടിച്ചു. ഒരു കാറ്റ് സീൽക്കാരത്തോടെ അവർക്കിടയിലേക്കു വീശി പാരിജാതപ്പൂമണം വിതറി.

"എന്നെയൊന്നു കെട്ടിപ്പിടിക്കോ?"

അയാളവളുടെ മുഖത്തേക്ക് നോക്കി. ഉള്ളിലെവിടെയോ വീണു പോയ ആ പഴയ കരച്ചിൽ അവൾക്കും പൊടുന്നനേ കിട്ടി. അവൾ

ദയയോടെ അയാളുടെ മുഖം പിടിച്ചുയർത്തി കവിളിൽ ഉമ്മ വച്ചു. വാടിയ പാരിജാത ഗന്ധം അവൾക്കനുഭവപ്പെട്ടു.

"എനിക്കു കിടക്കണം." അവൾ അയാളെ മുറിയിലേക്കു കൊണ്ടുപോയി. "എന്റെ കൂടെ ഇബടെ കെടക്കോ?" അയാളുടെ ശബ്ദം ചെറുതായി വിറച്ചു. അയാളുടെ വിരലുകൾ അവളുടെ ബനിയനുടുപ്പിന്റെ വള്ളികളെതൊട്ടു. അവൾക്ക് ടി വിയിൽ താൻ കണ്ട് വിചിത്രമായ സംഗീതോപകരണം ഓർമ്മവന്നു. അതിന്റെ കമ്പികൾ മുറുക്കമുള്ളവയായിരുന്നു. അവളുടെ ഞരമ്പുകൾ പോലെ. അവ മുറുക്കുവാനെന്നവണ്ണം അയാളവളുടെ വെളുത്ത മണിബന്ധത്തെ സ്പർശിച്ചു. കറുത്ത ചെറിയ കഴുത്തിൽ അയാൾ ചുംബിച്ചു. അവൾ സിത്താർ പോലെ മൂളി. അവളുടെ ചുണ്ടുകൾ ചോന്നു തിണർത്തതായി അയാൾ കണ്ടു. കണ്ണുകളിൽ നിസ്സഹായമായ നിലവിളി ഉള്ളതായും.

"എന്നെ ഇഷ്ടമാണോ?" അയാൾ കുട്ടിയെപ്പോലെ ചോദിച്ചു. അവൾ പെട്ടെന്നു കണ്ണുകളടച്ചു. അവളുടെ കവിളുകൾ തുടുത്ത മാങ്ങാമാംസം പോലെ അയാൾ രുചിച്ചു. അവളുടെ ചുണ്ടുകൾ തട്ടി അയാളുടെ മുറിവിൽനിന്നും ചോര കിനിയുന്നുണ്ടായിരുന്നു.

'അതെയെന്നു പറയൂ." അയാളവളുടെ കാലടികളിൽ ചുണ്ടുചേർത്ത് യാചിച്ചു. അവൾ നിശ്ശബ്ദയായിത്തന്നെ കിടന്നു.

ഇളംചൂടുള്ള മൃദുചപ്പാത്തി പോലെ അയാൾ കൈ അമർത്തിയപ്പോൾ, അവളുടെ ശൈശവം മാറാത്ത നെഞ്ച് ഒന്നു പൊള്ളച്ചുയർന്നു.

"പറയൂ ഒന്നു പറയൂ." നെഞ്ചിൽനിന്നും മുഖമുയർത്താതെ കെഞ്ചി. ദേവയാനി കണ്ണുകൾ തുറന്നതേയില്ല. ഉള്ളിലെവിടെയോ ഒരുൾ വിശപ്പ് ഉണരുന്നത് അവളറിഞ്ഞു. "ഹൗ!" അയാളവളെ ചേർത്തമർത്തി. "മ് മ് മ് സ്നേഹമാണ്." അവൾ ഇടയ്ക്കെപ്പൊഴോ പതുക്കെ മുരണ്ടു. പക്ഷേ, അവൾ കണ്ണുകൾ തുറന്നതേയില്ല. തന്റെ പൊക്കിളിന്റെ മാംസച്ചുഴിയിലും അടിവയറിലും തുടകളിലും കാല്പാദങ്ങളിലും കണ്ണീരിന്റെ ചെറുചൂട് അവളറിഞ്ഞു. എന്നിട്ടും അവൾ കണ്ണുകൾ തുറന്നില്ല. അയാളുടെ ശക്തി കുറഞ്ഞ നെഞ്ചിലേക്ക് കൂടുതൽ അമർന്നു കിടന്നു. മാംസത്തിന്റെ ചൂടിൽ ശരീരം വേവുന്നത് അവളറിഞ്ഞു. ഒരു കിതപ്പ് അത്രമാത്രം. ഒരു ചെറിയ കാറ്റ് വിയർപ്പിന്റെ വാസനയുമായി അവർക്കിടയിൽ ചുറ്റിത്തിരിഞ്ഞു.

വിശപ്പുകെട്ടപ്പോൾ അവൾ കണ്ണുകൾ തുറന്ന് അയാളെ നോക്കി ചിരിച്ചു. നെഞ്ചിൽത്തന്നെ കിടത്തി. പുലർച്ചെ വെളിച്ചം മുറിയിലേക്ക് വന്നപ്പോൾ ദേവയാനി, തങ്ങളിരുവരും നഗ്നരാണെന്നറിഞ്ഞു. അവൾ പതുക്കെ അയാളെ തള്ളിനീക്കി. അയാൾ തണുത്തുപോയിരുന്നു. അയാൾ മരിച്ചുപോയതായി അവൾക്ക് തോന്നി. അവൾ ചാടിയെഴുന്നേറ്റു. അവരുടെ കിടക്കയിലും അവളുടെ ഉടലിലും തുടകളിലും കാല്പാദങ്ങളിലും ചോര ഉണങ്ങി പറ്റിക്കിടന്നു. "ദൈവമേ അത് കണ്ണീരാ

യിരുന്നില്ല." അവൾ പിറുപിറുപ്പോടെ, വസ്ത്രങ്ങൾ വാരിയെടുത്ത് കുളിമുറിയിലേക്കോടി.

ആളുകൾ വരുന്ന സമയത്തും അവൾ കുളിമുറിയിൽ തന്നെയായിരുന്നു. ഉടലിൽ പറ്റിയ വിയർപ്പിന്റെ വഴുപ്പും രക്തത്തിന്റെ കറയും അയാളുടെ ഉടൽഗന്ധവും കഴുകിക്കളയാൻ അവൾക്കു ഭയം തോന്നി. വിശന്നു തളർന്ന ഒരു കാട്ടുമൃഗത്തെപ്പോലെ ചെറുതായി കിതച്ചുകൊണ്ട് തന്റെ നഗ്നശരീരം അവൾ ചുമരിൽ അമർത്തി. വാതിൽക്കൽ നാലാം തവണയും മുട്ടു കേട്ടു. അവൾ പൈപ്പ് ഓൺ ചെയ്ത് അതിനു കീഴിലേക്ക് മാറിനിന്നു.

വീണ്ടും വാതിലിൽ മുട്ടുകേട്ടു. ''ആരാ ആരാ കുൾമുറീല്?'' ദേവയാനി പൈപ്പ് ഓഫ് ചെയ്തു. ഒരു നിമിഷം മിണ്ടാതെ നിന്നു. എന്നിട്ട് ശരീരം കുളിമുറിച്ചുമരിൽ ഭ്രാന്തമായി അമർത്തി ഉറക്കെ പറഞ്ഞു: "ഹിജഡയുടെ കുട്ടി."

ഹിന്ദുഛായയുള്ള മുസ്ലീം പുരുഷൻ

കണ്ണാടിക്കുമേൽ തിളച്ചിളകിമറിഞ്ഞ ചൂടുജലത്തിന്റെ പതപ്പും പെരുപ്പുംപോലെ കടൽ ശബ്ദത്തിലിരമ്പുന്നു. കനലിലൂതിയൂതി നെഞ്ച് നീറ്റിയ ഒരു തട്ടാനെപ്പോലെ കാറ്റ്, സ്വർണ്ണവർണ്ണമാർന്ന പഴത്തോപ്പുകളിൽ ചുംബനഗന്ധമൂതിപ്പരത്തുന്നു. ദൈവം ഒളിച്ചുവെച്ച, കാമുകിയുടെ വെള്ളിക്കൊലുസ്, ആകാശത്തിലുരസിത്തെളിഞ്ഞ് മിന്നൽപ്പിണറായി കിലുങ്ങി ഭൂമിയിലേക്കു വീഴുന്നു. വെള്ളനിസ്കാരക്കുപ്പായത്തിൽ ഭീമൻ ചിത്രശലഭത്തെപ്പോലെ നിന്ന് ഉമ്മ വഴിവക്കിലെ അപരിചിതരോട് കൊഞ്ചുന്നു. ചേമ്പിൻ കാട്ടിലെ ഇലകളിലിറ്റിയ മെർക്കുറി ജലം അതിന്റെ രസജാലവിദ്യയാൽ ഉരുളകളായുരുണ്ട് തളിർചേമ്പിനെ ഇക്കിളിയിടുന്നു. ആയിരം കടൽക്കാക്കകൾ കടലിനു മുകളിൽ കൊത്തുകൂടി ഭ്രാന്തൻ തിരപോലെ അലറിക്കരയുന്നു. ബേപ്പൂരിലെ വലിയ ഉരുവിൽനിന്നും ചുവന്ന നാക്കും കറുത്ത തൊലിയുമുള്ള കാട്ടറബികൾ അരയത്തികളെ ത്തേടി ചാടിയിറങ്ങുന്നു. മദ്രസ്സാവഴിയിൽ രോമനെഞ്ചുള്ള സുന്ദരനായ ജിന്ന് അത്തറിന്റെ മായാമന്ത്രജാലക്കുപ്പി നീട്ടി മയക്കാൻ വരുന്നു. സുന്നത്ത് രാത്രിയിൽ ഒരു കത്രിക ഉടലിൽ വേദനയുടെ രതിസംഗീതം കേൾപ്പിക്കുന്നു. ചുവന്ന താമരകൾ പൊട്ടിവിടർന്ന അവളുടെ വൃത്തച്ചുഴിയാർന്ന ഇളംനാഭിയിൽ ഉറപൊട്ടിയ വേർപ്പ് ചുണ്ടിൽ പുതുമണത്തോടെ പുരളുന്നു- ഒരു സെൻട്രിഫ്യൂഗിനകം പോലെ ഓർമ്മകളും സ്വപ്നങ്ങളും ഭ്രാന്തുകളും മുസ്തഫയുടെ തലയ്ക്കകത്ത് കിടന്നു വന്യമായി തിരിഞ്ഞു.

“യാ അള്ളാാാ” എന്ന് ഹൃദയം കീറി ചോര പൊടിഞ്ഞ് അവൻ വിളിച്ചത് ആരും കേട്ടില്ല. അവന്റെ നെറ്റിക്കു മീതേ ഉച്ചസൂര്യനെപ്പോലെ അതിപ്രകാശിതനായ ഒന്നുരണ്ട് ബൾബുകൾ തെളിഞ്ഞ് നീറിക്കത്തി. മുസ്തഫയ്ക്ക് ഉമ്മാമ്മ പലരോടും പറയാറുള്ള അവന്റെ കഥ ഓർമ്മവന്നു.

“യെത്തണ്ണ്യേ ചാകുന്നല്ലേ കെർതീത്. ആദ്യം പെറ്റ കുട്ടി പള്ള ന്നെന്നെ ചത്തീനി, മുത്തൂനെ പെറ്റപാട് പാത്തൂന്റെ വോധം പോയി. ഇക്കുട്ട്യാച്ചാല് നൊച്ചെലീന്റേൽക്ക്. നൊലോൾക്കിൺല്യാന്ന്.”

“തെന്നേ?” ആരോ അത്ഭുതം കൂറുന്നു. “അത് മാത്തറോ ബളേ മഞ്ഞ നെറായ്ന്റ് സെരീരം മുയ്യാനും എത്തോപോലെ. ചത്തീന് ന്നാ കെർത്യേന്നാലും പളെ പേറ്റിച്ചുമ്മ രണ്ട് കാലും തൂക്കി കുത്തനെ പിടിച്ചാണ്ട് കുടത്ത്ലേ കുണ്ടിക്ക്യോന്ന്.”

“ന്നീറ്റ്?”

“തൊള്ള കീറിപ്പൊളിച്ചാണ്ട് ഉരു നിലോളി. കണ്ണ് കീറീത് പോലും അപ്പളാ. ന്തായാലും അപ്പെന്നെ ഇന്റെ അറബി ലാക്കൂറെ കുണ്ടാന്ന്. എത്തേയ്നി?”

“എത്തേയ്നീ?”

“പിത്തയ്ന്യടോ. നല്ലണങ്ങട്ട് മഞ്ഞിച്ച് കണ്ണും മൂത്തരോം ദീട്ടോം. അത് ഇന്നിറ്റ് കോയീന്റേൽക്ക് ചൂട് മിശീനിലിട്ട്. തൊട്ട് മീതെ ഉരു ബൾബ് തൂക്കി കണ്ണ് കെട്ടിക്കിടത്തി. മൊലകൊട്ക്കാൻ പാത്തുചെല്ലു മ്പോ ഈ ഹിമാറ് ഭാ തൊള്ള പൊൾച്ചിണ്. കണ്ണ് ശീല അഴ്ച്ചാ അപ്പം പൊട്ടന്റേൽക്ക് കണ്ണ് മുഞ്ഞ് മുയ്ഞ്ഞ് ഇരിക്കും.”

മുസ്തഫ കണ്ണു തുറക്കാൻ ശ്രമിച്ചു. വാങ്കുവിളി ദൂരെനിന്നു കേൾക്കുന്നുണ്ടോ. സമയം പുലർച്ചയായിരിക്കും. അവൻ കാലവും സമ യവും കുഴഞ്ഞ മനസ്സോടെ കണക്കുകൂട്ടാൻ ശ്രമിച്ചു. ചുറ്റും കണ്ണാ ടിച്ചുമരാണ്. സൂര്യശക്തിയുള്ള പ്രകാശകാരിയായ ബൾബുകളാണ് ചുറ്റും. മൂർച്ചയുള്ള ആയുധം പോലെ കണ്ണ് തുളച്ച് പ്രകാശം തലച്ചോറി നകത്തേക്കു നുഴഞ്ഞു കടക്കുന്നു. താൻ ഉറക്കത്തിനും ഉണർച്ചയ്ക്കു മിടയ്ക്കുള്ള അഗാധമായ കിടങ്ങിനകത്താണെന്ന് മുസ്തഫയ്ക്കു തോന്നി.

“അഹല്യാ അഹല്യയെവിടെ?” അവൻ വേദനയോടെ ഞരങ്ങി. 7 മണിക്കൂർ മുമ്പാണ് മുസ്തഫയെ ഇവിടേക്കു കൊണ്ടുവന്നത്. അടിച്ചു മിടിച്ചും പോലീസുകാരന്റെ കൈ കുഴഞ്ഞിരുന്നു.

“ഇങ്ങനെ ചോയ്ച്ചാപോരാ.” വെളുത്തുതടിച്ച പോലീസുകാരൻ കത്രികയുമായി വന്നു. മുസ്തഫയ്ക്ക് ഉടൽ വിറച്ചു. അയാൾ കണ്ണിനു നേരേ കത്രിക നീട്ടി.

“കണ്ണ് തൊറക്കെടാ.” അയാൾ ചിരിച്ചു. കണ്ണു കുത്തിപ്പൊട്ടിക്കുമെന്നാണ് മുസ്തഫ ഭയന്നത്. പക്ഷേ, അതുണ്ടായില്ല. കണ്ണീരും ചോരയും കൂമ്പിച്ച അവന്റെ കൺപീലികൾ അയാൾ എളുപ്പത്തിൽ വെട്ടിക്കളഞ്ഞു. പ്രകാശപേടകത്തിന്റെ സ്വിച്ചിട്ടു.

പ്രകാശം... പ്രകാശം... തീയേക്കാൾ വന്യമായത്, പാലിനെക്കാൾ മൃദുവെന്നു കരുതിയത്, പാമ്പിനെക്കാൾ വിഷമയമായത്. കണ്ണടയ്ക്കാൻ ശ്രമിച്ചപ്പോഴെല്ലാം പീലികൾ കുത്തിത്തറച്ച് മുസ്തഫയ്ക്കു വേദനിച്ചു. അവൻ നിലവിളിച്ചു. കണ്ണീരിന്റെ ദുർബലമായ ജലഭിത്തി ഒരു പാടപോലെ വെളിച്ചത്തെ തടയാൻ ശ്രമിച്ചു.

ഏഴു മണിക്കൂറുകൾ എഴുപതിനായിരം പീഡാകാരിയായ വർഷങ്ങൾ. “നീയെന്തിനാടാ ആയുധങ്ങളൊളിപ്പിച്ചത്? ആർക്ക് വേണ്ട്യാടാ അദ്?” ഏതോ പോലീസുകാരന്റെ ഒച്ച.

മുസ്തഫയ്ക്ക് ദേഹമാകെ കടയുന്നുണ്ടായിരുന്നു. രണ്ടു കൈകളും ഉയർത്തി വിലങ്ങിട്ടു നിർത്തിയതിനാൽ കൈക്കുഴികളിൽനിന്നും കൈ ഊരിപ്പോകുന്നതുപോലെ അവനു തോന്നി. ചൂണ്ടുവിരലിന്റെ നഖം പറിച്ചപ്പോൾ ചീറ്റിയ രക്തം ചെറിയ അരുവികളായി കൈത്തണ്ടയിലൂടെ ഒഴുകി കക്ഷത്തിലെ രോമക്കാടിൽ ചെന്നുനിന്നു കട്ടകുത്തി. മുസ്തഫയുടെ അടിവസ്ത്രത്തിന്റെ ഇലാസ്റ്റിക്കിലെ പേരുവായിച്ച് ഒരു പോലീസുകാരൻ കണ്ണുകാണിച്ചു.

“ആയിഷ. ഈശ്വരാ ജഢീല്പ്പോലും മതോ?”

മുസ്തഫയുടെ നിർജീവമായ കണ്ണുകളിൽ ജലം തുള്ളിയിട്ടു.

“നെന്റുമ്മാക്ക് തീരെ സുഖമില്ലാന്ന് ഫോൺ വന്നിട്ടുണ്ട്. സത്യം പറഞ്ഞാൽ നിന്നെ കൊണ്ടായി കാണിക്കാം.” പോലീസുകാരൻ നുണ പറഞ്ഞു.

ഉമ്മ, ഉമ്മയെക്കുറിച്ച് പറഞ്ഞതു കേട്ടപ്പോൾ പഴയതുപോലെ ഭംഗിയുള്ള പാവക്കുട്ടിയെ ഓർമ്മവന്നു അവന്. എല്ലായ്പ്പോഴും അങ്ങനെയാണ്. ഉമ്മയെന്നു കേൾക്കുമ്പോ കണ്ണാടിയലമാരിയിൽ അഴുക്കു പറ്റാതെ സൂക്ഷിച്ച സുന്ദരിപ്പാവകളെ അവന് ഓർമ്മവരും. കടുംചുവപ്പു നിറച്ചുണ്ടുകളും അച്ചിങ്ങാപ്പയർ പോലെ മിനുത്ത വിരലുകളും ഓർമ്മവരും. ചിരിക്കുമ്പോൾ നാരങ്ങാക്കവിളിൽ കുങ്കുമനിറത്തിൽ വിടർന്ന നുണക്കുഴികൾ ഓർമ്മവരും.

ഉമ്മയും അവനും തമ്മിൽ പതിമ്മൂന്നു വയസ്സിന്റെ വ്യത്യാസമേ ഉണ്ടായിരുന്നുള്ളൂ. എന്നും വൈകുന്നേരങ്ങളിൽ അവർ കടപ്പുറത്ത് പൂഴികൊണ്ട് വലിയ കൊട്ടാരങ്ങൾ കെട്ടി ശംഖുകൾ പെറുക്കിക്കൂട്ടി അതിന് കോട്ടമതിലുകൾ തീർത്തു. ഇടയ്ക്ക് മുറ്റത്ത് വരച്ചിട്ട കളങ്ങളിൽ കൊക്കിച്ചാടി കക്ക് കളിച്ചു. മറ്റുചിലപ്പോൾ കണ്ണുകെട്ടി ഓടിനടന്നു.

വാളമ്പുളിമരച്ചുവട്ടിൽ വീണ പുളിങ്ങകൾക്കുവേണ്ടി അവർ അന്യോന്യം വഴക്കുകൂടി. അത്തിപ്പഴം പാവാടയ്ക്കുള്ളിലിട്ട് ഉമ്മ ഓടുമ്പോൾ അവൻ തുള്ളിത്തുള്ളി പുറകെ ഓടി. മൂത്രപ്പത പോലെ നുരഞ്ഞുകുത്തിയ കടൽത്തിരകളിൽ ഭംഗിയുള്ള കടൽക്കുതിരകളെപ്പോലെ അവർ കെട്ടി മറഞ്ഞു. സന്ധ്യയ്ക്ക് വല നിറയെ മീനുമായി വരാറുള്ള അരയന്മാർ അവരോട് പുന്നാരം ചോദിച്ചു:

"ങ്ങള് രണ്ടാളും ചങ്ങായ്ച്ചോളാ?"

എന്നാൽ അവന്റെ വാപ്പയാവട്ടെ എന്നും അവന് ശത്രുതന്നെയായിരുന്നു. രാക്ഷസാകാരമായ കറുത്ത ദേഹത്തോടെ അയാൾ ബേപ്പൂരുരുവിറങ്ങിയ ദിവസങ്ങളിലെല്ലാം അവന്റെ ഉമ്മയ്ക്ക് ജ്വരം പിടിച്ചു. പിച്ചും പേയും പറയുന്ന രാത്രിയിൽ ഉമ്മ പേടിച്ചു നിലവിളിക്കുകകൂടി ചെയ്യുന്നതു കേൾക്കുമ്പോൾ തങ്ങൾക്കു നേർച്ചയിട്ട് അവൻ വാപ്പയെ പ്രാകി.

"കാട്ടർബ്ബി വണ്ടാറടങ്ങണേ മമ്പറത്തോരെ."

ഒറ്റയ്ക്കു കടൽത്തീരത്ത് കോട്ട കെട്ടുമ്പോൾ മയ്യത്തുകണ്ടിയിൽ പ്രത്യക്ഷപ്പെട്ട വാലും കൊമ്പും നാവിൽ തീയുമുള്ള കറുത്ത ഭൂതത്തെ വീഴ്ത്താൻ അവൻ കൊച്ചു കിടങ്ങുകൾ തീർത്തു. വാപ്പ കിടക്കുന്ന കട്ടിലിൽ അവൻ മുളിയുറുമ്പിൻ കൂടുകൾ ഒളിച്ചുവെച്ചു. ഉമ്മയുടെ നിറഞ്ഞ കണ്ണുകളും വിഷാദം ഇറുപ്പിച്ച നുണക്കുഴികളും വ്യസനത്താൽ വിറയ്ക്കുന്ന ചുണ്ടുകളും അവന് അസഹനീയമായിരുന്നു.

എന്നാൽ കുൽസൂട്ടിയെ ഉമ്മയ്ക്ക് പള്ളയിലുണ്ടായ വർഷത്തിനുശേഷം അയാൾ ആ കറുത്ത വാപ്പ കോഴിക്കോട്ടേക്കു വന്നതേയില്ല. വാതത്തിന്റെയും യുനാനി മരുന്നുകളുടെയും കാറമണമുള്ള മുറിയിൽ ഉമ്മാമ്മയ്ക്കടുത്ത് ഉമ്മയും കുൽസൂട്ടിയും കിടന്നു. ഉമ്മയെക്കാൾ പത്തിരട്ടി സുന്ദരിയായ കുൽസൂട്ടി. പല്ലില്ലാത്ത വായിൽനിന്നും പിങ്കുനിറമുള്ളതുപോലത്തെ തേൻ തൂവി തുളുമ്പിയപ്പോൾ,

"അജ്യോടാ കുത്സുംബീ" എന്നു പറഞ്ഞ് അവളുടെ ചുവന്ന കാലടിയിൽ മുസ്തഫ ഉമ്മവെച്ചു. അതിന്റെ നീലക്കണ്ണുകളിൽ കൗതുകവും കുറുമ്പും ഒളിച്ചു കളിക്കുമ്പോഴും തൊണ്ണുകൊണ്ട് ഉമ്മയുടെ മുലഞെട്ടി കടിച്ചു കുടയുമ്പോഴും മുസ്തഫ അത്ഭുതപ്പെട്ടു:
"ഇദേ ജിന്നിന്റെ കുട്ട്യാ?"

കുൽസൂട്ടി തളയില്ലാത്ത ഉണ്ണിക്കാൽകൊണ്ട് പഞ്ചാരമണലിൽ പിച്ചാ പിച്ചാ നടന്ന ദിവസം. മുസ്തഫ വാങ്ങിക്കൊടുത്ത ചക്കരത്തേൻ കുഴൽ തിന്നവൾ അതിലേറെ തേനിറ്റിച്ച് "യീക്കാ യീക്കായി" എന്നു വിളിച്ച ദിവസം. ആ ദിവസം തന്നെയാണ് ഒരു ഹിന്ദിക്കാരൻ ലോറി ഡ്രൈവറോടൊപ്പം അവന്റെ ഉമ്മ ഒളിച്ചുപോയത്.

രാവിലെ എഴുന്നേറ്റപ്പോൾ അവനു വല്ലാത്ത നിരാശ തോന്നി. മയ്യത്തിനെക്കാൾ മൃതരൂപിയായ ഉമ്മാമ്മ. ഒറ്റപ്പെടലിന്റെ ഭയാനകമായൊരു നിശ്ശബ്ദത. അതിനും മീതെ സമുദ്രത്തിന്റെയും തിരയിളക്കത്തിന്റെയും കടൽക്കാറ്റിന്റെയും നീലവന്യശബ്ദങ്ങൾ കയറിവന്നു. ഏതു സ്ത്രീകളെ കാണുമ്പോഴും അവൻ ഉമ്മയെ അന്വേഷിച്ചു. ഏതു പെൺചിരിയിലും അവൻ കുൽസൂട്ടിയുടെ കൊഞ്ചിച്ചിരിയുണ്ടോയെന്നു കാതോർത്തു. അഹല്യയെ, അഹല്യയെ കാണുംവരെ അവനാ അന്വേഷണം തുടർന്നു.

കോസ്മോസ് ചെടികൾ പൂക്കുന്ന കാലത്താണ് അഹല്യയെ മുസ്തഫ ആദ്യം കാണുന്നത്. കോസ്മോസ് നിറയെ തുള്ളിത്തുള്ളി നിൽക്കുന്ന മുറ്റത്ത് വെള്ളപ്പനീർച്ചെമ്പകം, "ആരേ നട്ടൂ? ആരേ നട്ടൂ?" എന്നവൻ വ്യാകുലപ്പെട്ടു. മാറാട് റോഡ് അടച്ചതിനാൽ പോലീസുകാർ മുസ്തഫയെ പള്ളിക്കണ്ടി റോഡ് വഴി തിരിച്ചുവിട്ടതായിരുന്നു. എളുപ്പത്തിൽ മീഞ്ചന്ത പിടിക്കുവാൻ വേണ്ടിയാണവൻ കുമാരൻ സെറാപ്പിന്റെ മുറ്റത്തുകൂടി പോയത്.

"എന്താടാ തൊടീല് നിക്കണത്. ആട്ട് കേറിവാ." സെറാപ്പിന്റെ അമ്മ മുസ്തഫയെ വിളിച്ചു. അവൻ അഹല്യയെ നോക്കി. 'റ' എന്നെഴുതിയ മഴവില്ലുപോലത്തെ കൺപോളകൾ അവനെ അത്ഭുതപ്പെടുത്തി. അവയ്ക്കകത്ത് ആകാശം നോക്കി ഞെളിഞ്ഞു നിൽക്കുന്ന നീലനിറപ്പീലികൾ. അവനു പെട്ടെന്ന് മയിൽക്കുഞ്ഞുങ്ങളെ ഓർമ്മവന്നു. താമരയിതൾ പോലെ കുഴഞ്ഞു കിടക്കുന്ന അയഞ്ഞ ബനിയനാണ് അവൾ ധരിച്ചിരുന്നത്. ഉടലടയാളങ്ങളും അഴകളവുകളും അത് വൃത്തിയായി മറച്ചിരുന്നുവെങ്കിലും ഇടയ്ക്കിടെ കയറി വന്ന തെമ്മാടിയായൊരു കരക്കാറ്റ് അതിനെ അവളുടെ ദേഹത്തോട് ചേർ ത്തുപിടിച്ചു. നെഞ്ചിൽ അഗ്നിപർവ്വതങ്ങൾ ലാവയുമായി ഉരുണ്ടുകൂടിയത് അവനറിഞ്ഞു.

"ഡാ നീയൊന്ന് ഈപ്പെണ്ണിന്റെ കൈ പിടിക്കെടാ. ഇദ് ഉളുക്കി. എരട്ടോള് പിഡിച്ചാ പൂവാത്ത ഉൾക്കണ്ടാ?" സത്യത്തിൽ മുസ്തഫ ഭയന്നുപോയി. അവനിതുവരെയും അത്രയും മുതിർന്ന ഒരു പെൺകുട്ടിയുടെ ഉടലിൽ സ്പർശിച്ചിട്ടുണ്ടായിരുന്നില്ല. ലജ്ജ കാരണം അവന്റെ മുഖം കനലിൽ വച്ച സ്വർണ്ണപ്പാത്രംപോലെ തിളങ്ങി.

അവൾ അവന്റെ മുമ്പിലേക്കു നീങ്ങിനിന്നു. തെറുത്തുകേറ്റിയ വലതുകൈ കണ്ടപ്പോൾ ചെത്തിയെടുത്ത പഴുത്ത കറിമൂസയിൽ തേൻകുപ്പി മറിഞ്ഞതുപോലെയവനു തോന്നി. ഇപ്പോൾ ജീവനുള്ള ഒരു രക്തമത്സ്യത്തെപ്പോലെ അവളുടെ കൈ അവനു നേരേ നീണ്ടു.

"ആആആഹ്!"

അവൻ തടവിയപ്പോൾ അവൾ വേദനയാൽ കൈവലിച്ചു. അവളുടെ തള്ളവിരൽനഖം തട്ടി അവന്റെ നെഞ്ചിൽ ഒരു ചെറു വടു ഉണ്ടായി.

തിരിച്ചു വീട്ടിലേക്കു സൈക്കിൾ ചവിട്ടുമ്പോൾ തനിക്കു ചെറുതായി പനിക്കുന്നുണ്ടെന്ന് മുസ്തഫയ്ക്ക് തോന്നി. എത്ര കഴുകിയിട്ടും പോവാത്ത കർപ്പൂരാദി തൈലത്തിന്റെ ഗന്ധവും വഴുപ്പും കാരണം പലപ്പോഴും അവനു ബ്രേക്കു വഴുതി. മഴ വരുന്നു. തണുപ്പു പെയ്യുന്നു. അസ്ഥികളിൽ ഉഷ്ണപ്പൂക്കൾ പൊട്ടിവിടരുന്നു. തല കനക്കുന്നു. കാലുകൾ ചെറുങ്ങനെ തെന്നുന്നു. മുസ്തഫ സൈക്കിൾ നിർത്തി ആഞ്ഞുകിതച്ചു.

പിറ്റേന്ന് കള്ളികളുള്ള ഒരു ലുങ്കിയും ചുവന്ന നിറത്തിൽ വട്ടക്കഴുത്തുള്ളതുമായ ഒരു ബ്ലൗസുമാണ് അവൾ ധരിച്ചിരുന്നത്. പഴുക്കടയ്ക്ക കണ്ണുകൾ അവളൊന്ന് ചിമ്മിത്തുറന്നു. തത്തച്ചുണ്ട് വിടർന്നപോലത്തെ മൂക്ക്. തക്കാളിനിറച്ചുണ്ടിൽ ജലസ്പർശം. മീനിനായി വട്ടയില പൊട്ടിക്കുവാൻ കയ്യുയർത്തിയപ്പോൾ പൊന്തിയ ബ്ലൗസിനടിയിൽ ചെറുശംഖുപോലെ ചുഴികളുള്ള സ്വർണ്ണവയറ് മുസ്തഫ കണ്ടു. അതിനു മുകളിലേക്കും താഴേക്കും തീപിടിച്ച ചെമ്പൻ രോമങ്ങളുടെ ആളൽ. മുസ്തഫയുടെ നെഞ്ചിൽ ഒരു കൊളുത്തുവീണു.

“പത്തുർപ്പ്യക്ക് പുയ്യാപ്ല കോര”

അവളുടെ ചുണ്ടുകൾ ദാഹിച്ചതുപോലെ വരണ്ടുപോയി. രാത്രിമുല്ല പൊടിച്ച അരിപ്പല്ലുകൾ അവയ്ക്കിടയിൽ തിളങ്ങി. പുയ്യാപ്ല കോര കൊടുത്ത് പണം വാങ്ങുമ്പോൾ ഒരിക്കൽക്കൂടി അവളുടെ നഖം അവനെ തൊട്ടു. പരശതം മിന്നലുകളാൽ തന്റെ ഉടൽ ചിതറിപ്പോയതുപോലെ തോന്നി അവന്.

അന്നു രാത്രിയുറക്കത്തിൽ മുടിത്തുമ്പിൽ നിന്നൂർന്ന ജലത്തുള്ളികളാൽ നനഞ്ഞു തിണർത്ത അവളുടെ പുറംഭാഗം അവൻ വയലറ്റുനിറത്തിൽ സ്വപ്നം കണ്ടു. അതിൽ നിന്നുയർന്ന കറ്റാർവാഴമണവും തക്കാളി മുഖംപോലെ തുടുത്ത ചുവന്ന പൊക്കിൾത്തടവും അവനിലെ പുരുഷനെ ഉറക്കത്തിലും ഉണർത്തി. ആറേഴു ദിവസം മീൻ വിൽക്കുവാൻ മുസ്തഫ പാടുപെട്ടു. കടപ്പുറത്തു തമ്പടിച്ച പോലീസുകാരും ആയുധങ്ങൾ അരയിൽ സൂക്ഷിച്ചവരും അവന്റെ കച്ചവടം തടസ്സപ്പെടുത്തി. എങ്കിലും കുമാരൻ സെറാപ്പിന്റെ തൊടി വക്കിൽ അവൻ വന്നുനിന്നു ബെല്ലടിച്ചു. കാണുമ്പോൾ ഇരുവരും സംസാരിക്കുവാൻ മറന്നു. അഹല്യയ്ക്ക് ഹൃദയം വിങ്ങിപ്പൊട്ടിയിടിച്ചു. മുസ്തഫ ജ്വരബാധിതനായി വിറച്ചു. അഹല്യയുടെ ഉടൽ ലജ്ജകൊണ്ട് കൂമ്പി. മുസ്തഫയുടെ മുഖത്തടം രക്താഭമായി വിടർന്നു. പാദസരത്തിന്റെ ഒരു അജ്ഞാതശബ്ദം മാത്രം മനോഹരമായ ഓർമ്മപോലെ അവർക്കിരുവർക്കുമിടയിൽ ഉപേ

ക്ഷിക്കപ്പെട്ടു കിടന്നു. നിന്നെ ഞാൻ സ്നേഹിക്കുന്നുവെന്ന് അവരുടെ കണ്ണുകൾ മാത്രം സംസാരിച്ചു.

“നിന്റെ പേരെന്താണ്” എന്നു പരസ്പരം ചോദിക്കുവാൻ ആഗ്രഹിച്ചുവെങ്കിലും ഇരുവർക്കുമിടയിൽ പ്രേമത്തിന്റേതായ ഒരപരിചിതത്വം അതിനെ തടസ്സപ്പെടുത്തി. എങ്കിലും പതിനഞ്ചാമത്തെ കൂടിക്കാഴ്ചയിൽ അതു സംഭവിച്ചു. നാല് അരയക്കുടിലുകൾ തീച്ചുടുകയും മൂന്നുപേർ ചേർന്ന് ഒരാളെ വെട്ടിക്കൊല്ലുകയും ചെയ്ത അന്ന്. രക്തമണമുള്ള കാറ്റിൽ അഹല്യ അടക്കിപ്പിടിച്ച ഭയത്തോടെ ചോദിച്ചു:

“പേരെന്താ?”

മൂവായിരം അക്ഷരങ്ങൾ ഉപയോഗിച്ചതുപോലെ അവൾക്കു നാക്കു കുഴഞ്ഞു. മുസ്തഫ അവളെ സൂക്ഷിച്ചു നോക്കി. കടുംനീല ജംബറും നീലവരയൻ മുണ്ടും. നെറ്റിയിൽ ഭഗവതിപ്പട്ടിൻ നിറമുള്ള സിന്ദൂരം മിനുങ്ങുന്നു. കവിളിൽ കൺമഷിയിറ്റിയതുപോലത്തെ നീലമറുകിൽ മഴക്കാർ കനക്കുന്നു. വിറപൂണ്ട ചെറുകുണുക്ക് കാതിൽ സ്വകാര്യം പറയുന്നു. കണ്ണുകളിൽ പ്രേമത്തിന്റെ നീലക്കടൽ. വിടർത്തിയിട്ട മുടിയിഴകളിൽ ഭ്രാന്തൻ തിരകൾ.

“നിന്റെ പേരെന്താ?” അവളുടെ കണ്ണിലേറുകയും ഇറങ്ങുകയും ചെയ്ത ഇളംനീല സമുദ്രത്തിന്റെ വേലി അവനെ ധൈര്യപ്പെടുത്തി.

“അഹ് അഹല്യാ...” അവൾ നാണത്തോടെ കണ്ണുപൂട്ടി.

“ഞാൻ... ഞാൻ മുസ്തഫ.”

“ഹാ!” അവൾ ഭയത്തോടെ കണ്ണുതുറുപ്പിച്ചു. വലതുകൈകൊണ്ട് തുറന്നുപോയ വായ അടച്ചു.

“ങ്ങള് മുസ്ലീമാ?” വിളറിയ അവളുടെ മുഖത്ത് കരുവാളിപ്പ് പടരുന്നത് അവൻ കണ്ടു. അവളുടെ ഭാവമാറ്റം കണ്ട് മുസ്തഫ പകച്ചുപോയി.

“ങ്ങളെ കണ്ടാ മാപ്ല്യാന്ന് തോന്നില്ലല്ലോ?” അവളുടെ ശബ്ദം ചിലമ്പിച്ചു. “എന്നെ പറ്റിച്ചു.” അവളുടെ കണ്ണുകളിൽ നിരാശ പടർന്നു. കൺമഷി കലങ്ങി.

“ഒരു തവണ പറയാര്ന്നില്ലേ മുസ്ലീമാണെന്ന്. ഇന്നെ പറ്റിച്ചു.” അവൾ കയ്യിലിരുന്ന മീൻ ദേഷ്യത്തോടെ നിലത്തേക്കു വലിച്ചെറിഞ്ഞു. കണ്ണുകളിൽ നിരാശയ്ക്കു പകരം ക്രൂരമായ ഒരു പക നിറഞ്ഞു. അവൾ തിരിച്ചു നടന്നു.

മുസ്തഫ വല്ലാതെ പരിഭ്രമിച്ചു. കൊടിയ അപമാനത്താലും വേദനയാലും അവന്റെ നെഞ്ച് നീറി. കണ്ണുനിറഞ്ഞ് അവനു മുൻകാഴ്ചകൾ മങ്ങി. അവൻ ഭ്രാന്തനെപ്പോലെ സൈക്കിൾ ചവിട്ടി വീട്ടിലെത്തിയപ്പോഴേക്കും മുസ്തഫ പൂർണ്ണമായും തകർന്ന പത്തേമാരിപോലെ

നിസ്കാരപ്പായയിലേക്കു വീണുപോയി. കലങ്ങിപ്പോയ ഹൃദയത്തോടെ അവൻ ഉറക്കെ നിലവിളിച്ചു.

അന്നുച്ചയ്ക്ക് കടപ്പുറത്ത് നിരോധനാജ്ഞ പ്രഖ്യാപിച്ചു. കലക്ടറുടെ അറിയിപ്പുകൾ പോലീസ് ജീപ്പുകൾ വിളിച്ചു പറഞ്ഞുകൊണ്ടു പോയി. മൂന്നുദിവസം മുസ്തഫ പുറത്തിറങ്ങിയതേയില്ല. ഉള്ളിലുണ്ടായ വലിയ മുറിവിന്റെ ചോര അവന്റെ ഉടലിനെ മുഴുവൻ നനച്ചുകൊണ്ടിരുന്നു. എന്നാൽ നാലാമത്തെ ദിവസം പ്രശ്നങ്ങൾ കൂടുതൽ വഷളായി. ബറ്റാലിയൻ ബറ്റാലിയനുകളായി കടപ്പുറത്തേക്കു പോലീസുകാർ വന്നിറങ്ങി. ഉരുവിലൂടെ കടപ്പുറത്തെത്തിയ ആയുധങ്ങൾ തിരഞ്ഞ് അവർ വീടുവീടാന്തരം കയറിയിറങ്ങി.

അന്ന് രാത്രി വാതിലിൽ ആരോ മുട്ടുന്നത് കേട്ട് മുസ്തഫ പുറത്തേക്കു ചെന്നു. അടുക്കളപ്പുറത്ത് കണ്ണ് നിറയെ കണ്ണീരും മുഖത്ത് സങ്കടവുമായി അവൾ അഹല്യ നിൽക്കുന്നു. അവൻ അത്ഭുതപ്പെട്ടു.

"മുസ്തഫാ." അവൾ ഓടിവന്ന് അവനെ മുറുകെ കെട്ടിപ്പിടിച്ചു. കടലിൽനിന്നും ചുടുകാറ്റ് വീശി, മരങ്ങൾ മുടിയഴിച്ചിട്ട് കൂത്താടി. വെള്ളപ്പരവതാനി പോലെ നിശ്ശബ്ദമായിക്കിടന്നിരുന്ന കടൽ ഊക്കോടെ മേൽപ്പോട്ട് പൊന്തി. അഹല്യ ഉറക്കെ കരഞ്ഞു. മുസ്തഫയുടെ കവിളുകളും നനഞ്ഞിരുന്നു. അവൾ അവന്റെ നനഞ്ഞ മുഖത്ത് മൃദുവായി ഉമ്മ വെച്ചു.

"വാ!" മുസ്തഫ അവളെയും കൂട്ടി കടപ്പുറത്തേക്കു നടന്നു. കടൽത്തീരത്ത് നിരനിരയായി കെട്ടിയ നീറ്റുപുരകളുണ്ടായിരുന്നു. അതിലൊരെണ്ണത്തിലേക്ക് അവർ കയറിപ്പോയി.

"നമ്മക്ക് എമ്പടീക്കെങ്കിലും ഓടിപ്പോയി ജീവിക്കാം മുസ്തഫാ." അവളുടെ കണ്ണുകൾ നിറഞ്ഞുവന്നു.

"നീയില്ലാതെ എനിക്ക് ജീവിക്കാമ്പറ്റില്ല." അവൾ വിതുമ്പി, മുസ്തഫ അവളുടെ മുഖം കൈകളിൽ കോരിയെടുത്തു. ചുവന്ന ബ്ലൗസിൽ, കണ്ണീർത്തുള്ളികൾ ഇറ്റുവീണു. അവൻ കുനിഞ്ഞ് കഴുത്തിനു താഴെ വെളുത്ത തോലിനടിയിൽ മുഴച്ചുനിൽക്കുന്ന എല്ലുകളിൽ ചുംബിച്ചു.

"എന്തിനാണ് അന്ന് നീ ദേഷ്യപ്പെട്ടത്?"

"വെറ്തെ."

"വെർത്യാ?" അവൻ അവളുടെ താടിയുയർത്തി കണ്ണുകളിലേക്കു നോക്കി.

"ങ്ങള് ഹിന്ദ്വാന്നാ ഞാം വിജാർച്ചേ. ങ്ങളെ മോത്തിന് ഭയങ്കര ഹിന്ദുഛായ്യാ."വീണ്ടുമൊരു കാറ്റടിച്ചു. അഹല്യയുടെ മുടി പൊങ്ങിയുയർന്ന് കറ്റാർവാഴയുടെ ഗന്ധം വ്യാപിച്ചു. അവർ കെട്ടിപ്പിടിച്ചു നിന്നു.

പെട്ടെന്ന് അടുത്ത നീറ്റുകുടിലിൽനിന്നും പോലീസുകാരുടെ ശബ്ദം കേട്ടു. അവർ വിസിൽ ഉറക്കെ ഊതി. "റബ്ബേ!" മുസ്തഫ നെഞ്ചിൽ കൈവച്ചു. "അവനീ നീറ്റുപുരയിലുണ്ട്." പോലീസുകാരുടെ ഒച്ച അടുത്തടുത്തു വന്നു. "ഒളിച്ചിരിക്കാതെ തൊറക്കെടാ."

അഹല്യയും മുസ്തഫയും ഭയന്നു വിറച്ചു. വാതിൽക്കൽ ശക്തമായ മുട്ടുകേട്ടു.

"തൊറക്കണ്ട മുസ്തഫാ." അഹല്യയവനെ മുറുക്കി കെട്ടിപ്പിടിച്ചു. പെട്ടെന്നു വാതിൽ പൊളിഞ്ഞു വീണു. ആദ്യത്തെ പ്രഹരത്തിൽ തന്നെ മുസ്തഫയുടെ ബോധം മറഞ്ഞുപോയി. അഹല്യയുടെ നിലവിളി കേൾക്കാതെയായി. പിന്നീട് കറുത്ത വൃത്തികെട്ട ഇരുട്ട് വന്നു നിറഞ്ഞു.

ജയിൽ, അഴികളിട്ട ഒരു വലിയ ജനാലയായിരുന്നു മുസ്തഫയ്ക്ക് തുടക്കത്തിൽ. ഇരുട്ടിലേക്കുമാത്രം തുറക്കുന്ന മിഴികളുള്ള രാത്രിയോളം ഇരുണ്ട ഒരു ജാലകം, കറുത്ത ഭിത്തികൾ, നീണ്ട ഇടനാഴികൾ. അതിനറ്റത്തു കാണുന്ന തൂക്കുമരം. മരണത്തിന്റേതായ അഹന്തയോ അഹങ്കാരമോ ഇല്ലാതെ പൂപ്പൽ പിടിച്ച് പച്ചനിറമാർന്ന ഒന്ന്. ഒടിഞ്ഞ തലപോലെ തൂക്കുകയർ അതിൽ ഞാന്നു തൂങ്ങിക്കിടന്നു.

ഏകാന്തതടവിലേക്കും പോലീസുകാർ പലതവണ മൊഴിയെടുക്കുവാൻ വന്നു. എന്തൊക്കെ ചെയ്തിട്ടും അവൻ കുറ്റസമ്മതം മാത്രം നടത്തിയില്ല. പല പുലർച്ചകളിലും നിസ്കാരപ്പായിലിരുന്നു പ്രാർത്ഥിക്കുമ്പോൾ അവന്റെ ഏകാഗ്രതയെ തകർത്തുകൊണ്ട് വധശിക്ഷയ്ക്ക് കൊണ്ടുപോകുന്നവരുടെ കാലൊച്ചകൾ കേട്ടു. മൃതകാരിയായൊരു സംഗീതോപകരണത്തിന്റെ മൂളൽ അവന്റെ ചെവികളിൽ വന്നലച്ചു.

ഏകാന്തതടവിലും ഭേദം വധശിക്ഷയാണെന്നു പലപ്പോഴും മുസ്തഫയ്ക്ക് തോന്നിയിട്ടുണ്ട്. ഉപ്പു ചുവക്കുന്ന ക്ലോറിൻ വെള്ളത്തിനു മൂത്രനിറവും ഗന്ധവും കാണുമ്പോൾ വേവാത്ത ഗോതമ്പുണ്ടയിൽ നിന്നും പാതി വെന്ത പല്ലികളെ കിട്ടുമ്പോൾ. ലോകത്തെ മുഴുവൻ മഞ്ഞയും അടിഞ്ഞ കക്കൂസിൽ മലവിസർജ്ജനം ചെയ്യുമ്പോൾ, പൂതൽ മണം മാത്രം നിറഞ്ഞ മുറിയിൽ ഉറക്കം വരാതെ കിടക്കുമ്പോഴെല്ലാം താനൊരു മനുഷ്യജീവിയാണെന്നും തനിക്കു ചുറ്റും ഒരു ലോകമുണ്ടായിരുന്നെന്നും അവൻ മറക്കും.

"താനാരായിരുന്നു" എന്ന ചോദ്യം മൂന്നു വർഷങ്ങളായി കടന്നു വരാത്ത സൂര്യരശ്മികളെപ്പോലെ ഭിത്തിക്കപ്പുറത്തുനിന്നും ചോദിക്കപ്പെട്ടു. താൻ ജീവിക്കുന്നുവോ എന്നുപോലും മുസ്തഫ ശങ്കിച്ചു. മരണത്തിന്റെയും വേദനയുടേതുമായ ഒരിരുൾ കണ്ണടയ്ക്കുമ്പോഴും തുറക്കുമ്പോഴും അവനെ ആക്രമിച്ചു.

എങ്കിലും എല്ലാ ഉറക്കങ്ങളിലും അവൻ അഹല്യയെ സ്വപ്നം കണ്ടു. നീറ്റിയിട്ട കക്കയ്ക്കുമേൽ പഴുത്തു തുടങ്ങിയ മുന്തിരിപ്പാടങ്ങളും മാദകപ്പഴങ്ങളും. മധുരവീഞ്ഞിന്റെ ഗന്ധമുള്ള അവളുടെ നെഞ്ചിൽ, കഴുത്തിനു താഴെയുള്ള മൃദു എല്ലുകളിൽ അവൻ പലപ്പോഴും അമർത്തിയമർത്തി ചുംബിച്ചു. പഴുക്കാൻ കാത്തുനിന്ന മുന്തിരിപ്പഴങ്ങളുടെ വന്യരുചി അവനെ ഉന്മത്തനാക്കി.

"വഴികാട്ട് വഴികാട്ട് റബ്ബില്ലാലമീനായ തമ്പിരാനെ." അവന്റെ ഹൃദയം വേദനയാൽ തുറന്നു.

അവനു പെട്ടെന്ന് അഹല്യയെ കാണണമെന്നു തോന്നി. ഖബർക്കുഴിയുടെ ഇരുട്ടുള്ള ജയിലിൽനിന്നും ഓടി രക്ഷപ്പെടണമെന്ന് അവൻ ആഗ്രഹിച്ചു. നീലഞരമ്പു തുടിക്കുന്ന ഇളംകഴുത്ത്, പിങ്കുനിറമുള്ള വിരലുകൾ.

"ജീവിക്കണം." അവൻ നിസ്കാരത്തിനിടയിൽ കണ്ണു തുറന്നു. എല്ലാവരും കണ്ണുകൾ അടച്ചിരിക്കുന്നു. മുസ്തഫ പള്ളിക്കു പുറകിലെ ഖബർസ്ഥാനിലൂടെ ഓടി.

"അഹല്യാ!" അവൻ ഇടത്തെ വഴിയിലേക്കു ചാടിക്കയറി. കാലുകൾക്ക് അതീന്ദ്രിയമായ ഒരു ശക്തി കിട്ടിയതുപോലെ അവൻ ഓടി. കുമാരൻ സെറാപ്പിന്റെ വീട്ടുമുറ്റത്തെത്തിയപ്പോഴേക്കും അവൻ ഒരു കാട്ടുചെന്നായയെപ്പോലെ അണച്ചു.

"അഹല്യാ അഹല്യാ എറങ്ങി വാ."

അവൻ ഉറക്കെ വിളിച്ചു.

പാതിവാതിൽ പതുക്കെ തുറക്കപ്പെട്ടു. അഹല്യയുടെ മെലിഞ്ഞൊട്ടിയ മുഖം പുറത്തേക്കു വെളിപ്പെട്ടു. പീലികൾ കൊഴിഞ്ഞു ശോഷിച്ച കണ്ണുകളിൽ നീരിളക്കം അവൻ കണ്ടു. അവൻ പുഞ്ചിരിച്ചു. കൈകൾ രണ്ടും മുന്നോട്ടു നീട്ടി.

മുഴുവൻ വാതിലും തുറക്കപ്പെട്ടു. മുസ്തഫ സ്തബ്ധനായി. അവന്റെ കാലുകൾ പൂഴിയിൽ കുഴഞ്ഞു.

"അഹല്യാാ നീ..." അവന്റെ കാഴ്ചകൾ കണ്ണീരാൽ മറഞ്ഞു. എന്നിട്ടും അവൻ കണ്ടു. അഹല്യയുടെ ഒക്കത്ത് ഒരു ശിശു. ഒരു പെൺകുട്ടി. "അഹല്യാ!" മുസ്തഫയ്ക്ക് തല മിന്നി.

"മോളെ നീ?" അവൻ വേച്ചുവേച്ച് പൂഴിമണലിലേക്ക് മുട്ടുകുത്തിപ്പോയി.

"ഇത്?" അയാൾ വേദനയോടെ അവളെ നോക്കി.

"പോലീസുകാര് അന്ന്... നീറ്റുപൊരേന്ന്..."

അഹല്യ വായ പൊത്തിക്കരഞ്ഞു. മുസ്തഫ കരഞ്ഞു. അയാൾ മുഷ്ടി ചുരുട്ടി പൂഴിമണലിൽ ആഞ്ഞാഞ്ഞിടിച്ചു. മുടി പിടിച്ചു പറിച്ച്

ഭ്രാന്തനെപ്പോലെ അലറി നിലവിളിച്ചു. മണലെടുത്ത് ഉള്ളങ്കൈയിലിട്ടു ഞെരിച്ചു തല വഴി വാരിയിട്ടു. അവന്റെ കൈകൾ പൂഴിയുരസിപ്പൊട്ടി ചോരയുതിർന്നു. “അള്ളാ അള്ളാ”

ദൂരെ പോലീസുകാർ ഓടി വരുന്നതുകണ്ട് മുസ്തഫ ഇരുന്ന ഇരുപ്പിൽ കയ്യാമത്തിനായി കൈകൾ നീട്ടി.

“ഇന്നെ കൊണ്ട് പൊയ്ക്കോ.” അയാൾ കൊച്ചുകുട്ടികളെപ്പോലെ ഉറക്കെ നിലവിളിച്ചു.

“ഞാനാണ് ഞാനാണ് ആയുധം കൊണ്ടോന്നത്. ഞാൻ കുറ്റം സമ്മേച്ച് സാറെ ഇന്നെ കൊണ്ടുപോ.” അയാൾ കരഞ്ഞുകൊണ്ട് സകല കുറ്റവും ഏറ്റു. അതിനുശേഷം നിലവിളിച്ചുകൊണ്ടുതന്നെ, പാതിയിൽ നിർത്തിയ മയ്യത്ത് നിസ്കാരം തുടർന്നു.